கசங்கல் பிரதி

கசங்கல் பிரதி

யூமா வாசுகி

தமிழினி

கசங்கல் பிரதி
கவிதைகள் - முழுத் தொகுப்பு
யூமா வாசுகி
தமிழினி

Kasangal Pirathi - Poems - Yuma Vasuki

முதல் பதிப்பு : ஜனவரி 2019

காப்புரிமை : யூமா வாசுகி

தமிழினி, 63, நாச்சியம்மை நகர், சேலவாயல், சென்னை - 51.
tamilinibooks@gmail.com   8667255103
web journal: tamizhini.co.in

அச்சாக்கம் : மணி ஆப்செட், சென்னை - 14.

ரூ. 250

யூமா வாசுகி 23.06.1966ல் கும்பகோணத்துக்கு அருகிலுள்ள திருவிடைமருதூரில் பிறந்தார். தந்தை: டி.ஆர் தினகரன் (அமரர்), தாய்: ரமணியம்மாள். பட்டுக்கோட்டையில் பள்ளிக்கல்வியும் கும்பகோணம் அரசினர் நுண்கலைக் கல்லூரியில் ஐந்தாண்டு ஓவியப் பட்டயப் படிப்பும் பயின்றார். 'ரத்த உறவு' (நாவல்), 'மஞ்சள் வெயில்' (நாவல்), 'உயிர்த்திருத்தல்' (சிறுகதைத் தொகுப்பு) ஆகியவையும் கவிதைத் தொகுப்புகளும் இவருடைய நூல்கள். 'குதிரைவீரன் பயணம்' எனும் சிறுபத்திரிகையும் நடத்திவருகிறார். மலையாளத்திலிருந்து, சிறார் இலக்கியம் உட்பட பல நூல்களை தமிழுக்கு மொழிபெயர்த்துள்ளார். தற்போது சென்னையில் வசிக்கிறார். மனைவி: து.தெய்வப்பிரியா, மகன்: மா.தெ.அன்பரசன். மின்னஞ்சல்: marimuthu242@gmai.com

யூமா வாசுகியின் கீழ்கண்ட கவிதை நூல்களிலிருந்தான கவிதைகள், மாறுபட்ட வரிசையில் இப்புத்தகத்தில் தொகுக்கப்பட்டுள்ளன.

1. 'உனக்கும் உங்களுக்கும்' (1993, மாஸ் வெளியீடு)
2. 'தோழமை இருள்' (1997, அலைகள் வெளியீட்டகம்)
3. 'இரவுகளின் நிழற்படம்' (2001, தமிழினி)
4. 'அமுதபருவம் வலம்புரியாய் அணைந்ததொரு சங்கு' (2001, தமிழினி)
5. 'என் தந்தையின் வீட்டை சந்தையிடமாக்காதீர்' (2008, நியூ செஞ்சுரி புக் ஹவுஸ் (பி) லிட்)
6. 'சாத்தானும் சிறுமியும்', (2012, குதிரைவீரன் பயணம் வெளியீடு)

ஒன்று

நான் இறந்து சில நொடிகளே ஆகியிருக்க வேண்டும்.
அல்லது,
வயதேறிய கருவாய் எந்த வயிற்றிலோ
இன்னமும் கிடந்துகொண்டிருக்கிறேன்.
∎

என் முன்னே வந்து நில் கவிதையே!
மனங் காணா உள்ளிருட்டில்
வெளிச்சப் புள்ளியொன்றாய்த் தயங்கித்
தவழ்ந்து வந்தடைவதற்குள்
குறுக்கும் நெடுக்கும் கிடுகிடுத்தோடும்
புரவிகளின் கால்கள்
துவைத்து உன்னை அமிழ்த்திவிடுமெனில்
நான் பொறுப்பேற்க இயலாது.
குழந்தைப் பாசாங்கொழித்து
முன்னே வந்து நில்.
உயிர்நீர் வார்ப்பேன்
பருகி முதிர்வாய். .
∎

இண்டர்வியூ

பரிசீலிக்கும் கரங்களின்
வியர்வைக் கறை படிந்து
விளிம்புகள் பழுப்பேறிய சில
காகிதத் தகுதிகளை
அடுத்த நாளுக்கான ஆயத்தமாய்
அகாலம்
எண்ணிச் சரிபார்க்கும்.
வெக்கையில் முறுகும் நகரத்தினூடே
சில்லறைக் கடன் சித்திக்கும்
அனுகூலத் திசை நாடும்
நடை தளர்த்தும் பசி வேகும் குடல்.
சிகரெட் புகைச் சமாதானமிட்ட
ஒரு கோப்பைத் தேநீரால்
பிரியங்காட்டும்
அறிமுகங்களுக்காக
உடனடித் திருத்தம் வரும் கடன் இலக்கில்.
சாலையோரக் கல்லில் அமர்கையில்
மடிந்து நோகும் வயிற்றின் காலியிடம்
வெட்கமற்றுக் காத்திருக்கிறது - சாத்தியமற்ற
உணவருந்த அழைக்கும் குரலுக்கு.
பெருஞ்சாலையின் வாகனப் பேரிரைச்சலை
மெல்ல விழுங்குகிறது எதுவோ.
நீர்த்து நிலையற்று வடிவங்கள் கலந்து

மங்கி வருகிறது வெயில்.
தவறிய புத்தகமெடுக்க, மயங்கும் தலையைக்
குனியப்போவதில்லை நான் - வீழின்
என் தலையேந்தி மடியில் கிடத்த
இங்கே நீயில்லை.
அறைக் குப்பைகளோடு
என் முகம் காண ஏங்கும் உன் கடிதங்கள்.
முடிவுக்குள் இழுக்கும் உன்
முதுமையின் பொருட்டாயினும் உன்னைத்
தேடி வரும் நினைவு - ஒரு
கேள்விக்குப் பதிலற்று அஞ்சுகிறது.
அலுவலகத்துக்கு மாற்றாகச் சிறு வீடு.
மேசை இடத்தில் நைந்த கட்டில்.
வாசல் நாய், கதவுச் சேவகனின் பிரதி.
மறந்துபோன கோலத்தைத் தரையில்
கிறுக்கிப் பார்த்தபடி,
'எத்தனை காலம் இப்படி இருப்பாய்ரீ'
என ஒரு கேள்வியை முனகுவாயே அம்மா,
இன்னமும் கிடைத்தபாடில்லை
ஒரு பதிலும்.

∎

அம்மா,
உனக்கு பதில் கடிதம் எழுதப்போவதில்லை நான்.
எழுதினாலும் அதில் எதைச் சொல்ல...
நரைக்காலத்தின் விளிம்புக் குடிலொன்றிலிருந்து
வந்த கடிதத்தின் எழுத்துகள் இரவில் உருகி
நேசமாய் விசாரிக்கின்றன - மனம் தாளா
கனத்த சொட்டுகளாய். அத்தனையிலும்
பருகக் கொடுத்த பால் தடங்களுடன்
மார்புக் காம்புகள்.
உன்னை ஆறுதல்படுத்துவதாய்
என் மார்பில் தட்டிக்கொள்கிறேன் - எதுவும்
எழுதப்போவதில்லை.
யாவரும் உறங்கிய பின்பு
குரலடங்கி உடலொடுங்க
நாசியின் ஜாக்கிரதையான விசும்பல்களில்
என் பதில்.
பசியின் ஒவ்வொரு வருகையும் முதன்முறை
வீட்டுக்கு வரும் மிக நெருங்கிய விருந்தினனைப்போல்
பூரண உபசரிப்பை எதிர்பார்க்கிறது.
வெறும் சிகரெட் புகையால் மூழ்கடிக்கப்பட்ட அது
சேகரித்த குரோதம் முற்றி
பழி தீர்க்கக் குடலில் துளைகளிடும் என்றாவது.
எழுதுவதற்கொன்றுமில்லை.

தொலைபேசி முன்பு நின்று
உடனடியாகப் பசி நிவர்த்திக்கும் எண்களைத்
தேடிச் சுழற்றுகிறேன்.
புறத்தேகிய நண்பனின் வீட்டினுள்
அலறியடங்குகிறது என் அழைப்பு.
பொறுமையையும் காத்திருத்தலையும்
உடனடியாகக் கீழ்ப்படிவதையும் - பசி
பயிற்றுவித்துக்கொண்டிருக்கிறது.
நான் உன்னை அழைப்பேன் இங்கிருந்தே.
என் விரல்களை ஒவ்வொன்றாய் நானே
துண்டிக்கிற வலியில்
ஜெபிக்க நினைக்கும் வார்த்தை,
உயிர் வாதையின் உச்சத்தில்
உச்சரிக்கத் தகுந்த வார்த்தை,
உன்னை விளிப்பதாயிருக்கிறது.
இந்த நிமிடத்திலும் பசியின் புதிய பாடம்
தொடங்குகிறது.
தவிர,
விஷேசமாய்
எழுதுவதற்கொன்றுமில்லை.

∎

காதோடு வரும் காலம்

ஸ்தூல சூட்சுமங்களில் நின்று
தோற்சுருங்கிய விரல்கள்
ஒற்றைத் தந்தியையே
இடையறாது மீட்டுகின்றன.
சப்தங்கள் மீறியெழும்
தயவான முணுமுணுப்பு
சுவரைப் பற்றாத
சிமெண்டுக் கலவையாய்
நடைவழியே உதிர்கிறது - என்
பிரக்ஞையின்றியே.
தந்தி அதிர்ந்து,
நடுங்கும் பெருமூச்சுகளில்
வேர்ப்பிடிப்புகள் தளர்ந்துகொண்டிருக்கும்
பழைய மூலிகைச் செடியொன்றை
வரைந்து மறைகிறது.
அந்த மீட்டும் விரல்கள்
பழைய கட்டிலின் அறுந்த கயிறுகளை
முடிச்சிட்டுக்கொண்டிருப்பதாயிருந்தால்
காலண்டரைத் தடவி - நான்
புறப்பட்டு வந்ததிலிருந்து நாட்களை
கணக்கிடுவதாயிருந்தால்
உறவுகளற்ற ஓரிடத்திலிருந்து
எனக்கான கைக்குட்டையை
பின்னுவதன் மூலம் பயம் வெல்ல
முயற்சிப்பதாயிருந்தால்
தபால்காரரின் அழைப்புக்குக் காத்திருந்து
ஏதோ ஒரு தெருக்குரலுக்கும்
பற்றியிருந்த பொருளை நழுவவிட்டு
கதவுத் தாழை நீக்குவதாயிருந்தால்
அம்மாவென்று நான்
கடிதத்தைத் தொடங்கும்போது
அந்த ஒற்றை நாதம்
நின்றுவிடக்கூடும்.

∎

வாழ்க்கையைக் கொண்டுவரச் சென்றவன்

அசுரக் காற்றில்
சன்னல் கதவுகள்
வெடிப்பதுபோலத் துடிக்கின்றன.
கண்ணாடிக்கு அப்புறம்
கூந்தலைச் சுழற்றி
வளையும் தென்னை.
அறைக்குள் நுழையும்
சாரலையும் மின்னலையும்
வாயிலிலேயே நின்று
எதிர்கொள்கிறேன்.
பல நூறு மைல்களுக்கு அப்பால்
அங்கே
உன் தனித்த இரவும்
இப்படித்தானா, அம்மா...
இடிச் சத்தத்தில் நடுங்காதே.
கீற்று விலகிய இடங்களில்
பாத்திரங்கள் வைத்து
நனைந்துபோன உன்
படுக்கையை ஒதுக்கி
சூன்யம் பார்த்துத் திகைத்திருப்பதாய்
படம் விரிகிறது.
மழையோடு
என்னை நினைத்துக்கொள் அம்மா.
உன்னைப் பிரிந்த வருடங்களாய்
இங்கே நான்
பள்ளம் வெட்டிக்கொண்டிருந்தேன்.
சருகுகளால் மேற்புறத்தில்
குழியை மறைத்தாயிற்று...
எப்போதாவது
இவ்வழியே வரும் வாழ்க்கை
இடறி இதில் விழும்போது
வசப்படுத்திவிடத்தான் காத்திருக்கிறேன்.
அம்மா...
என்னை நினைத்துக்கொள்.

∎

கைகள்

அம்மாவுக்கு
என் கைகளின் மீது மிகவும் பிரியம்.
அவள் காய்ச்சலாகக் கிடக்கையில்,
'ஒங்கையால ஒருவாய்
சுடுதண்ணி வச்சுக்கொடய்யா'
என்பாள்.
அச்சில் வந்த என் கவிதையை,
'ஒங்கையால எழுதினதா இது!'
என்று வியந்தாள்.
'வாயக் கசக்குது, ஒங்கையால
ரெண்டு வெத்தில வாங்கி வா தம்பி'
என்பாள்.
தெருவில் போகும் ஜோதிடனை
வீட்டுக்குள் அழைத்து,
'இவங்கையால தாலி கட்டிக்கிற பாக்கியவதி
எப்போ வருவாள்,
இவங்கை பாத்துச் சொல்லுமய்யா'
என்பாள்.
படிப்பு முடிந்த கையோடு
சொந்தமென்றிருந்தவர்களிடம் அம்மா சொன்னாள்:
'தகப்பனில்லாப் புள்ள ஐயா,
கை தூக்கி விடணும்.'
அழுகைக்கான ஒத்திகையோடு
வேலை வேண்டிப் போய்
ஆறுதல் சொன்னவனாய் திரும்பியபோது
வெறுங்கையிலிருந்தது பாதிப் பிராயம்.
'ஒங்கையால ரெண்டு காசு சம்பாதிச்சி
கால் வவுத்துக் கஞ்சி எப்ப ஊத்தப்போறே'
என்று வரும் அம்மாவின் புலம்பல்,
'இன்னமும்
கையூனிக் கரணம் போடத் தெரியலயே'
என்று வருந்துகிறதே தவிர,
நான் ஒத்துக்கொள்ளத் தயாராயிருந்தும்
கையாலாகாதவன் என்றென்னை
ஒருபோதும் இகழ்ந்ததில்லை.

■

ஒரு பக்கக் கன்னம் உப்பலாகும்படி வெற்றிலை ஒதுக்கி
ஆகச் சாதாரணமாக அதிகபட்ச எளிமையுடன்
கால்களை நீட்டிச் சுவரில் சாய்ந்தமர்ந்து
வானம் தன் ஆகிருதியை மகத்தான பணியொன்றுக்காக
இரு கைகளாக மாற்றிக்கொண்ட சிரத்தையுடன்
நான் தக்க வைக்கின்ற எதுவும் தவறிப்போகாமலிருக்க
என் சட்டைப்பையின் கிழிசலை
அம்மா தைத்துக்கொண்டிருக்கிறாள்.
துணியில் ஊசியைக் குத்தி இழுக்கிறாள் முழ நீளத்துக்கு.
அமைந்த ஒரு தையலின் கண்ணிக்குள்
உலகத்துச் சிறாரோடு என்றைக்குமாய்ப் பிணைக்கப்பட்டேன்.
ஆறாக் காதலையும் என்னையும்
ஒருசேரப் பிணைத்தது அடுத்த கண்ணி.
பிறகு கவிதையும் நானும் ஒன்றுசேர்ந்தோம்.
இரவு பகலென அயராது ஜெபிக்கப்பட்ட
எனக்கான பிரார்த்தனைகளும் நானும் கலந்தோம்
மற்றொன்றில்.
நிலத்தினுள்ளே கல்பதூரம் அஸ்திவாரம் அமைத்து
மேலே எழுப்பப்பட்ட சிகர ஸ்தூபியின் உறுதியுடன்
அடுத்தடுத்துத் தோன்றிய பாமர முடிச்சுகளுக்குள்
வைக்கப்பட்டேன்,
வேண்டிய வரங்களுடனும் ஆசிகளுடனும்.
வெற்றிலை எச்சில் பேச்சில் வழியாதிருக்கும்பொருட்டு
முகத்தை லேசாக உயர்த்தி
அத் தையலின் அரும்மதிப்பில் சிறிதும் தெரியாமல்
தான் புரிந்த பேருதவியின் தன்மை புரியாமல்
நிகழ்ந்த பேருன்னதத்தைக் கண்டுகொள்ளாமல்,
'இந்தா, தச்சிட்டேன்' என்று வழங்குகிறாள்
அசாத்தியச் சுலபமாக.
சட்டைப்பையோடு எப்போதும் ஒட்டி உறவாடிய
என் இதயத்துக்குப் பெயர்ந்தது அந்தத் தையல்.
வாய்க்குள் நாவு பற்களைத் தடவுவதாக
அந்தரங்கத் தையலை ஸ்பரிசிக்கிறேன்.
புதைகுழிகள் பலவற்றிலிருந்தும்
நான் தப்பிக்கும் ரகசியம் இதுதான்,
தையலின் நீட்சி உயரங்களைப் பற்றிக்கொள்ள
நான் மேலேறுகிறேன்.

■

சந்ததியும் துணிப்பூக்களும்

1

சாலைகளில் தேடுவோமென்பேன் - சகோதரி
சாக்கடைகளில் பார்க்கலாமென்பாள் - நகரத்து
குப்பைக்குழிகளைச் சுட்டுவான் அண்ணன்
அதற்குள்
ஒரு முழ நூல் ஒன்பது பூவாயிருக்கும்
அம்மாவின் லேஸ் பின்னலில்.
நாங்கள் புறப்படும்போது சொல்லியனுப்புவாள்
இன்றைக்கும்
தேடிக் கொண்டுவருபவர்களுக்கு
இந்தப் பூத்துணியைத் தருவேன்.
காமாட்சி எனும் குலதெய்வம்
குன்றி நிற்பதுபோலிருக்கும்.
கொலைபடுவதற்கு முன் வளர்ப்பு நாய்
தன் உடையவனைப் பார்ப்பதாயிருக்கும்.
சித்திரவதைக் கொட்டகையிலிருந்து வரும்
விஷம் வேண்டிய அலறலைப்போலிருப்பவள்
தலை கவிழத் துணியில்
உடைந்த மின்விசிறிச் சிறகுகளைப்போன்ற
பூக்களைப் பெருக்கிக்கொண்டிருப்பாள்.

2

இரவுக்குள் போகையில்
தன் முரட்டுத் தூரிகையை
நெஞ்சுகளில் புரட்டித் தீட்டுகிற
மர்மத்தின் ஏளனம் தாளாமல்
அச்சமுற்று அழுகிற குரல்
என்னுடையதாயிருக்கும்.
குளிரின் நுனி நாக்கு
துளையிடும் நடுக்கத்துக்கு
ஒன்றை ஒன்று பற்றிக்கொள்ளும்
மூன்று ஜதைக் கைகளில்
ஆகச் சிறியவை என்னுடையவை.
எச்சிலொழுக அசைபோடும் தெருமாடு

கொம்புகள் ஆட்டி மாற்றிய திசை
சப்தச் சலங்கை கழற்றிப் படுத்திருக்கும்.
துணிப் பூக்களிருக்கின்ற துணிவில்
நடத்திப் போவாள் சகோதரி.
பூட்டிய கடைகள்
வெற்றுத் திரையரங்கம்
போஸ்டருக்குப் பசை தடவும் தனியாள்.
வீட்டுப் படியோரம் உறங்கும்
பன்றியின் மேல்
சன்னல் கரமொன்று கொதிநீர் ஊற்றும்
பன்றி கதறியோடும்
ஒரு ரயில் கூவலிடும்
விசிலடிப்பார் கூர்க்கா.
பாதைக்கெதிரே எங்களுக்கு
அபயமளித்துக் கிடக்கும் ஒரு உடல்
அது அப்பாவேதான்.
என் அருமைச் சகோதரி தொட்டு அழைப்பாள்
'அப்பா எழுந்திரிங்க...'
அப்போதுதான் தர்மத்தை
சிதையிலேற்றினான் வெட்டியான்.
என் செல்லச் சகோதரி
சரிந்த உடல் அசைப்பாள்
'அப்பா எழுந்திரிங்க...'
அப்போதுதான் நடந்தது பாவச் சம்பளப் பட்டுவாடா.
என் சின்னச் சகோதரி தேம்பித் தொடர்வாள்
'அப்பா எழுந்திரிங்க...'
சாப்பாட்டுத் தட்டிலிட்டு அப்போதுதான்
எங்களைத் தின்னப் பிசைந்தது பயங்கரம்.
அப்பா எழுவார் - எழுந்ததும்
அக்காவுக்கொரு அறை விழும்
அப்போதுதான் எங்கள்
பிரார்த்தனைகளின் சேகரம்
முற்றாய்க் கொள்ளை போகும்.
வீறிட்டுச் சுருண்டவள் - என்னை
வாரியணைத்துக்கொண்டு
'அக்காவுக்கு வலிக்கவில்லை
நீ அழாதே' யென்பாள்.

3

அன்றைக்கு அம்மா தன் கணவனை மறுபடியும்
தெருவிலிருந்து மீட்டுக்கொண்டாள்.
கண்டுபிடித்துக் கொடுத்த சகோதரி
துணிப்பூக்களை எடுத்துக்கொண்டாள்.
குடி மயக்கிய தகப்பனின் பையிலிருந்து
சில்லறைக் காசுகளைத் திருடினான் தமையன்.
அப்பா குடித்துக் காலியாக்கிய சாராயப் புட்டியை
கைப்பற்றினேன் நான்.
சகோதரி...
முதலாவது பெக் முடியும்போது
அந்நியத்தோடே பார்க்கிறது அது.
இரண்டாவது பெக் நிறையும்போது
சந்தேகத்தோடு சற்று நெருங்குகிறது.
மூன்றாவது நான்காவது ஐந்தாவது பெக்குகளில்
மதுவெனும் பறவை
என்னைக் கொய்தெடுத்துப் போய்
தன் போதைக் கூட்டில் வைத்துப் பேணுகிறது.
பழுத்த நிஜம் வெடித்துக் காலடியில் இடற
நான் தெருவில் கிடந்தபோதெல்லாம் சகோதரி
விழும் முன்பான கடைசி நினைவில்
உன் துணிப்பூக்கள் வருகின்றன.

∎

இப் பெருநகரில்
பூட்டப்படும்வரை அமர்ந்திருக்க அனுமதிக்கிற
ஒரு புத்தகக் கடையுண்டு.
சூரியக் கொடுக்குகள் துளையிட்டு உறிஞ்சிய
வியர்வை காய்ந்து
அன்றைய தினத்தைத் துரத்திச்
சோர்ந்த கால்களுடன்
நாங்கள் மாலையில் கூடும் இடம்.
நண்பர்கள் சந்திக்கையில்
வணக்கம் சொல்லிக்கொள்வதற்குப் பதிலாக
இது எத்தனையாவது நாள் பட்டினியென்று
பரஸ்பரம் கேட்டறிகிறோம்.
ஒவ்வொருவராய்ச் சேர்ந்து - மேலும் யாரையோ
எதிர்பார்க்கிறோம்.
அனைவரும் தேநீர் பருகுமளவு பணம் வைத்திருக்கிற
யாராவது ஒருவர் வந்தாக வேண்டியிருக்கிறது.
எல்லோருடைய கடைசி சில்லறைகளையும் திரட்டி
பசி தாங்கவியலாத அல்சர்கார நண்பனுக்கு
சிற்றுண்டி வாங்கிவர ஆளனுப்புகிறோம்.
காத்திருப்பமைதியைச் சற்று நகர்த்தி,
டிக்கெட் இல்லாமல் பயணம் செய்து
பரிசோதகரிடம் சிக்கித் தப்பிய கதையை

சுய எள்ளலுடன் சொல்லிச் சிரிக்கிறான் ஒருவன்.
எதிர்காலத்தைப் பணயம் வைத்து உழைத்த சினிமா
திரைக்கு வராமலேயே முடங்கிற்றென வருந்தும்
உதவி இயக்குநன்,
சட்டைப் பையிலிருந்த கவிதையொன்றை மறுபடியும்
திருத்தியெழுதத் துவங்குகிறான்.
வேலை நீக்கம் பெற்ற
மருந்துக் கம்பெனி விற்பனைப் பிரதிநிதி,
மனதில் உருவான கதையின் பரவசத்தால்
முதுகு நிமிர்த்தியமர்கிறான் - இன்னும் சிலர்
புத்தகங்களெடுத்துப் புரட்டிக்கொண்டிருக்கையில்
மழை வருகிறது.
புத்தகக் கடை மாடி விளிம்பில் நின்று
கீழே பார்க்கிறோம்.
எங்களுடைய அறைகளில்
எங்களுடைய இரவுகளில்
எவருக்கும் தொல்லை ஏற்படாதபடி
நாங்கள் தேர்ந்துகொண்ட தனிமையில்
அழுகிக் கிடக்கிற
அசுர வித்துகளை மறந்து
முழுமனதாய்க் குளிர்ந்து
பெருங்காதலாய்
பூரண சாந்தமாய்
மழையைப் பார்க்கிறோம்.

∎

அறிக்கை

திரையரங்க வாயிலில் நின்று
சினேகிதங்களைத் தேடுகிற
அழுக்குடைக்காரனுக்குள்ளிருந்து
மகாரூபன்
மனிதத்தைப் பார்வையிடுகிறான்.
பூரணாதிபதிக்கு எதுவும் தேவையில்லை
எனினும்
நிராகரிக்கின்ற பத்திரிகையாசிரியர்களிடம்
மீண்டும்
படைப்புகளைக் கொண்டு செல்கிறான்
கனிவோடு.
நீதியரசன் எல்லாவற்றையுமே
மன்னித்துவிடுகிறான்
சிகரெட் கொடுத்து உபசரிக்காத நண்பனையும்கூட.
எளிதில் நிறைவடைகிறவனால்
ஒரு தொல்லையுமில்லை - உதாரணமாக
உணவுக்காக உங்களிடம் வரும்போது
ஒரு குவளை தேநீரால் சாந்தப்படுத்திவிடலாம்
பொக்கிஷதாரனுடைய வாழ்க்கையை.

நன்றியுணர்வற்று வேறு பலர் வாழ்கிறார்கள்.
நடைபாதைச் சித்திரத்தின் மீது விழும் சில்லறை
அவன் சார்பிலானவையென்று எவருமறியார்.
நம்பிக்கையாளனின் எதிர்பார்ப்பு
வீண்போவதில்லை எப்போதும்.
நள்ளிரவில் வீடு திரும்பி தபால் பெட்டியை
திறக்கையில்
ஒரு பல்லியின் மின்னும் கண்களின்
ஒளியையாவது பெறுவான்.
மகாரூபன் - பூரணாதிபதி - நீதியரசன் -
நிறைந்தவன் - பொக்கிஷதாரன் -
நம்பிக்கையாளன் என
எல்லோரும் பிரிந்து போக,
ஒருவனே படுக்கையில் வீழ்கிறான்.
எல்லோருக்குமான தரித்திரப் புனிதத்தோடு
ஒருவனே உறங்கத் தொடங்குகிறான்.
இரவின் குளம்புகள்
வெற்றுக் குடல் மிதிக்கும்
குப்பைத் தொட்டி பச்சிளம் சிசுவை
குதறும் நாயாகிறது பசி.

∎

எச்சரிக்கை

என் பங்குச் சோற்றை
நீங்களே ஒளித்து வைத்திருக்கிறீர்கள்
எனவே என் பசிக்கு
பொறுப்பாவது நீங்களேதான்.
எனக்குண்டானதை விடுவிக்கச் சொன்னால்
உழைத்துப் பெறும்படி அறிவுரைக்கிறீர்கள்.
உங்களுடையதைவிட
நூறு மடங்கு அதிகமான என் உழைப்பு
உணவின் பொருட்டாய் அமையவில்லை.
என்னைப்போன்றவர்களிடத்தில் நீங்கள்
ஒருபோதும் நியாயம் காட்டியதில்லை.
அறியாத்தனங்களை
கண்டுகொள்ளாதிருப்பதற்கும்
ஒரு எல்லை உண்டு.
செல்வந்தனாவதற்குரிய சூத்திரத்தை
உபதேசிக்காதீர்கள் தயவுசெய்து.
எனக்கு
கவிதை வசப்பட்டாக வேண்டும்.
நான் நடக்கத் தரையிருக்கிறது
என்னுடைய காற்றிருக்கிறது
எழுத்திடையில் பசியெடுக்கும்போதுதான்
இருந்திருக்க வேண்டிய
என் சோற்றைத் தேடுகிறேன்.
நான் மீண்டும் கடவுளாகும்படி
ஒரு கவிதை கட்டாயப்படுத்துகிறது.
நான் எழுதப்போகிறேன்.
முடிந்த பின்
இந்தப் படகினுள்ளே பார்க்கும்போது
எச்சரிக்கை!
என் சோற்றுத் தட்டு வந்திருக்க வேண்டும்!
உங்களுக்கு ஒரு
சிறிய சலுகை தர முடியும்,
கடற்கரை வெளிச்சம் மறைந்து
வெகுநேரம் கழிந்த பின்பே
படகினுள் பார்ப்பேன்.

∎

சுய உருவப்படம்

சூறை! சூறைதான் அது.
சுற்றி வருகிறது சூறை.
உங்கள் முகவரிக்கு வரும் கடிதங்களை
தபால்காரரிடமிருந்து
பிடுங்கிக் கிழித்தெறியாது.
சாந்தமானது நாகரிகமானது
ஆனாலும் அது சூறை - சுற்றி வருகிறது.
உங்கள் கவிதைப் புத்தகங்களை
அள்ளித் தெருவில் எறியாது.
சூறை வன்மையறியாதது.
உங்கள் பூஜையறை விக்கிரகங்கள்
பின்னப்படாதிருப்பதற்கு உத்தரவாதம்.
உங்கள் புணர்ச்சியில் லயங்கூடி வரும்போது
உறுப்புகளுக்கு நடுவில் தடுப்புண்டாக்காது.
நேயம் மிகக் கொண்ட சூறை
உங்கள் உறவுகளின் கண்ணிகளைக்
கடித்துத் துண்டாக்காது.
நல்லதனம் நிரம்பியது
உங்கள் பயிர் நிலத்துக்குத் தீயூட்டாது.
சங்கீதத்தின் மீது பரிவுள்ளது

சன்னலுக்கு வெளிப்புறத்தில்
நின்று கேட்குமேயல்லாது
உடைத்துப்போடாது உங்கள் இசைக் கருவிகளை.
ஆனாலும் அது சூறை! சுற்றி வருகிறது!
வியாபார ஸ்தலங்களின் நித்ய அலுவல்களை
மதிக்கும் குணமுடையது. கொள்ளையிடாது.
உங்கள் உடையலங்காரங்களையெல்லாம்
அதுவும் மகிழ்வுடனே அழகுபார்க்கும்
நிர்வாணமாக்கி கிழித்து சேற்றில் புரட்டாது.
அது கொஞ்சம் ரசனையுடையது
உங்கள் ஓவியங்களின் மீது
ஆங்காரமாய்க் காறி உமிழாது.
சமூக நலனில் தன் பங்கையும் உணரும் சூறை
கல்வித்தலங்களைத் தரைமட்டமாக்காது.
சூறை சுற்றி வருகிறது!
அச்சமற்றிருங்கள். இயல்பாயிருங்கள்.
அது உங்களை ஒன்றும் செய்யாது.
தாடியுடைய சூறையொன்று
வாகனங்களுக்கிடை புகுந்து
முழு வயிறும் பற்றிப் பசி எரிய
எங்கோ போகிறது வேகவேகமாய்.

■

குதிரைவீரன் பயணம்

பசியின் எல்லை எதுவென்றறிந்து வர
குதிரையிலேற்றி அனுப்பினேன் நண்பனை
வழிச்செலவுக்கு எதுவும் தராமல்.
அடுத்த தெருவிலிருந்து தகவல் தந்தான்,
இரவுக்காட்சி திரைப்படம் முடிந்த பிறகு
கணக்கில் குறையும் டீ கோப்பைகளை
பயத்துடன் தேடிக்கொண்டிருக்கும் கேண்டீன் சிறுவன்.
அடுத்த சிற்றூரிலிருந்து அனுப்பிய செய்தி,
துடைப்பதற்கு மட்டுமே பணிக்கப்பட்ட வீரன்
துடைத்துத் துடைத்து
துப்பாக்கியின் சுடும் தன்மை மறந்து
நிராயுதப் பகைவனிடம் எளிதிற் சரணடைந்தான்.
அடுத்த பெருநகரத்திலிருந்து கொடுத்த மடல்,
மார்புகள் நெஞ்சின் உட்புறங்குவிந்து - காம்புகள்
முதுகைத் தொடும் கோப்பைகளான ஒன்றில்
பொங்கி வருகிறது பிள்ளைகளுக்கான சோறு
மற்றொன்றில் ஊறும் சாராயம் கணவனுக்கென
கலவிக் கடை விரித்துக் கிடக்கின்ற பெண்.
அடுத்த நாட்டை நெருங்குகையில் வந்தது,
உச்சிகளில் சஞ்சரித்து ஞானம் சொல்பவனிடம்
நீ ஏன் செருப்பணியாமல் நிற்கிறாய் எனக் கேட்டு
அவன் பார்வையைத் தரையில் வீழ்த்திய
ஒரு நாடோடிப் பசியாளன்.
அடுத்த அலைவுகளில் சேர்ப்பித்த அறிக்கை,
குழந்தைச் செழுமுகம் வருடிய கலைஞன்
அப்போதுதான்
பசியாற்பட்ட தன் புறங்கைச் சுருக்கம் கண்டு
ஐயோவென்றலறி உடைக்குள் மறைத்தான்
தனக்குத்தானே.
அதன் பிறகு வெகுநாள் கழித்து
திரும்பி வந்தது குதிரை மட்டும்
முன்னங்கால்களை உயரே தூக்கிக் கனைத்து
பசியின் எல்லையென்பது
என் வயிற்றிலிருக்கிற உன் நண்பன் என்றது.

∎

அபூர்வப் பூக்கள் மிகப் பல
அழகாய் மலர்ந்திருந்தன
என் நந்தவனத்தில்.
எங்கெல்லாமோ முகவரி விசாரித்துக்கொண்டு
கடைசியில் இங்கு வந்து சேர்ந்தன
வண்ணத்துப்பூச்சிகள்.
ஒரு பெண்சிட்டு இணையோடு
கொஞ்சிக் கொஞ்சி, இங்கேயே
கூடமைத்துவிடலாமென்றது.
சதா நேரமும் தேன் பருகி
தேனீக்களனைத்தும்
போதையிலேயே பொழுதுபோக்கின.
தூரத்திலிருந்து வந்த வண்டுகள்
தோட்ட வாசலைக் கண்டதும்
களைத்துப்போய் அமர்ந்தன.
விரையும் மேகமும்
என் தோட்டத்தின் எழில் பார்த்து
நின்று சென்றது சில நொடிகள்.
இரவில் சில நட்சத்திரங்கள்
இங்கே படுத்துறங்கிப் போனதாக
காலையில் என்னிடம்
பனிக்காற்று கூறியதுண்டு.
நிறையக் காதலர்கள் இங்கே வந்து
மலர்களுக்கிடையில் முத்தமிட்டுக்கொண்டார்கள்.

வரும் குழந்தைகள் திரும்புவது
கை நிரம்பிய பூக்களோடுதான்.
அவர்களுக்கு என்றும் நான்
தடை சொல்வதில்லை.
புற்களாலே நிரந்தரமாய்
ஒரு பச்சைக் கம்பளம்
உங்கள் வரவுக்காக - தவிர
இங்கே கதவுகளென்று ஏதுமில்லை.

அனைத்தையும் அழித்துவிட்டு அடையாளமாய்
அமைதியை விட்டுச் சென்றது
அன்றொரு நாள் வீசிய புயல்.
இப்போது தோட்டமில்லை.
எவருக்கும் வந்துபோக விருப்பமில்லை.
கையில் விதைகளோடு
நான் காத்திருக்கிறேன்,
விதைப்புக் காலத்துக்காக.

∎

பருவக் காற்று வந்து
விதை தெளித்துச் செல்ல
அதை மண்மூடி அணைத்தது நேசத்துடன்.
மேகங்கள் வழியிடை நின்று
மழை பொழிந்து கடந்தன.
பூமியின் உதடு திறந்து
வான முகம் பார்த்த துளிர்
மா விருட்சமாகி
கிளைகளால் இசைத்து
ஆழமாய்
வேர் பதித்து நிற்கும்.
அதன்
எந்த ஒரு இலையும்
கருகிச் சாகாது.
அதன் நடுவில்
அன்பினால் நெய்த
உறவுப் பட்டாய் ஒளிரும்
சிறு கூட்டில் பறவைகள்
பறத்தலிற் கண்ட காட்சிகளைப்
பேசிக்கொண்டிருக்கும்.
புயலும் பெருமழையும்
மரத்தின் எல்லைக்குள்
நட்புடன் நுழைந்து
பன்னீர்ச் சாரலாகும்.
சிறகுகளுக்குள் புகுந்து
ரோமத்தைச் சிலிர்க்கவைத்து
விளையாடிப் போகும்
குளிர்வாசத் தென்றல்.
தூரத்து
வானவில்லின் உள்ளிருந்து
புனிதக் கரமொன்று நீண்டு
பறவைகளின் தலைக்கு மேல்
வாழ்த்துச் சொல்லி மறையும்.

■

தகப்பன் மரம்

என் உடல் - அதன்
எந்தவொரு பகுதியும் உன்னெதிரே
வெளிப்படத் தகுதியற்று
பாறைப்புறத்தில் பதுங்குகிறது.
எதிர்பாரா முதற்பார்வையின்
திடுக்கிடல் கலையும் மறைவில்.
சற்று நேரங்கழித்து மெல்ல
தலை மட்டும் வெளியெடுத்து - உன்னைப்
பார்க்க முயல்வேன்
பார்த்தாக வேண்டும்.
என் சார்பில்
பிழையற்றவனெனினும் வெறுமனே
என்னை மன்னித்துவிடு.
ஆதியிலிருந்து உன் உயரம்
எட்டத் தவித்த மனிதக் கரங்கள்
நித்யத் தோல்வியில் ஆன்ம
நரம்பறுந்து தொங்குகின்றன.
யுகங்களின் திரட்சி உன்
பாதப்பிடிப்பிலிறுக ஒளியருந்தி
உயிர்ப்பொதுவாய் ஒரு காதலை
காற்றாடிக் குலுக்கும் பசுஞ்சுடர்கள்.
மாலைச் சூரியன் உன் சிரம் தொட்டு
ரத்தம் பாய்ச்சும் இந்த நேரம்
முற்றுமாய் என்
பணிவைச் சமர்ப்பிக்க வேண்டி
உன்னருகே வருவேன்.
இருளுக்கு முன்பாக நீயொரு
இலையுதிர்க்க வேண்டும்,
ஆசிபெறக் காத்திருப்பவனுக்கு.

■

கவனம்

முதலில் அது
ஓவியக் காட்சியரங்கின் மையத்திலிருந்தது.
ஃபோகஸ் விளக்குகளின் மினுக்கம் தடவி
உச்சி பார்த்திருந்த பச்சை முகங்களுக்கு
கூட்டம் பொருட்டில்லை.
தொட வேண்டுமானால் குனிந்துதானாக
வேண்டும்.
இயற்கை பற்றிய தன் ஓவியங்களை
பத்திரிகையாளர்களுக்கு விளக்கினார் ஓவியர்.
இயற்கைப் பேருணர்வில்
நெகிழ்ந்த வார்த்தைகளில்
பாதி புகைந்திருந்து சிகரெட்.
ஓவியங்களுக்கிடையே அடுத்த நாள்
கலை பற்றிய கலந்துரையாடல்.
இப்போதும் அதையே மையம் வைத்து
சுற்றியிருந்த நாற்காலிகளில்
புகைந்தன சிகரெட்டுகள்.
மூன்றாம் நாள்
கவிதைப் புத்தக வெளியீட்டு விழா.
மேடைக்குப் பக்கத்தில் அலங்காரமாக
அதுவே வைக்கப்பட்டிருந்தது
தொட்டி மண்ணில் குத்தி அணைக்கப்பட்ட
அனேக சிகரெட்டுகளின்
கடைசி நேர உஷ்ணம் தாங்கி
தொய்ந்த இலைகளுடன்.
முதல் நாள்
காட்சியரங்கின் நடுவிலிருந்தபோது
குரோட்டன் இலைகள்
இப்படியிருக்கவில்லையென்று...

■

அந்தி

வழி நெடுக மழை.
நனைந்தும் நனையாமலும்
கடந்தது பாதி தூரம் - இனி
ஒண்டுவதற்கு எதுவுமில்லாத
வெற்று வீதி.
அணையாது காத்து வந்த
சிகரெட்டின் கடைசிப் புகையுடன்
மடியின் கனம் அகல
வழிப்பயமற்ற மழைப் பயணம்.

∎

இன்று

தம்போக்கில் வீசுகிற காற்று
காற்று வழி அலைகிற மேகம்
பூத்ததை முன்வைத்து
கோரிக்கை விடுக்காத மலர்கள்
கோஷங்கள் எழுப்பாதிருக்கின்ற
மரங்கள்
தோஷம் தீண்டாத இயல்போடு
நாளையும் இருக்குமாவென்பதில்
என் சந்தேகம்.
கூண்டுகளைத் திறந்துவிட
தருணமிதுதான்.
பறவைகள் விடுபடட்டும்.
பறந்து - பிடித்த மரத்தில் அமர்ந்து
மகிழ்ந்து இரை தேடி
தேர்ந்தெடுத்த நீர்நிலைகளில்
தோன்றும்போது பாடிக்கொண்டிருந்து
மரணத்தை உணராமல்
நொடிப் பொழுதில் மரிக்கட்டும்.

∎

கனவுச் சூரியன்

மீள வழியற்றுப் பேனா மூடிக்குள்
இறப்பை வருடி இற்ற நிலை - பழஞ்சீப்பின்
பல்லிடுக்கு வழுக்கலில்
கால் பிசகிச் சிக்கியிருந்து
உண்ட பிசுக்குகளோடு ஒட்டிய சிறகுகள்
சிதையுந் தறுவாயில் காக்க வந்ததாய்
கசங்கிய காகிதத்தில் நம்பிக் குடியேறி
மடிப்புகளின் பிடியுடைத்துப் போக
ஒரு வாயிலற்ற விறைப்பச்சம்.
திடுக்கெனத் தகர்த்ததொரு மென்பொழிவு
துண்டு முடிகளின் நெடுங்காடு
திக்கற்றுத் தடமற்றுப் பாடான பொழுதில்
காக்கையின் அலகுக்குள்
இறங்கிய இடமது நிண நீர்க்குட்டை.
தலைவரை முழுகி இறுதி இது என
உடலடங்கும் கடை நொடியில்
விழிப்புற்ற தர்மமொன்று
வந்து பாய்ந்தது அழுகற் பழங்களாய்.
குட்டை கவிழ்ந்ததும் வியர்த்தம்
பழிப் பொதி முதுகழுந்த பழமாகி நின்றது.
ஒளிவிலிருந்து
சட்டனெச் சாடி வந்த கொரில்லாப் பெருச்சாளி
பாரம் கவ்வி ஓடிய பின்
கழன்ற உயிரைக் கண்டடைந்த களிப்பில்லை
உதிரந்தோய்ந்த பழந்துணிப் பந்தால்
தாக்குற்ற மயக்கம் - குறைத் தெளிவாய்
பக்கச் சுவரை ஒட்டி சரிபாதி உடைந்திருந்த
குழல் விளக்கின் வழியே உயரே ஏறி
குப்பைத் தொட்டியாழ சிறு பூச்சி
விளிம்படைந்திருக்கிறது.
மற்றுமொரு குப்பை
வந்து மோதுவதற்கிடையிலுள்ள அவகாசத்தில்
இரவுத் தெருவிளக்கைப் பார்க்கிறது - தன்
கனவுச் சூரியனாக.

■

ஆடாதே ஒளியே!
உன் பாமர நிர்வாணம்
பார்க்கச் சகிக்கவில்லை.
வேட்டையிலிருந்து
தப்பி ஓடி வரும் வெருண்ட விலங்காக
என் மேல் விழுந்து புரண்டு
தவிக்காதே.
மாற்றி மாற்றித் தரிக்கிற
பகலிரவுக் காலத்தை
எங்கே உரித்து வைத்தாய்?
உடுத்துக்கொண்டு ஒழுங்காக
கிளிபோல் வந்து
என் அட்டவணைக் குழம்பலிலிருந்து
இப்போது நான்
செய்ய வேண்டியதைச் சொல்லும்
சரியான ஒரு சீட்டை எடுத்துக் கொடு.

∎

ரியர்வியூ கண்ணாடியில்
அஸ்தமனச் சூரியன்
துரத்துவது தெரிகிறது.
வேகத்தை முடுக்குகிறேன்.
மங்கித் தேய்ந்து மறைந்தான்
என்றிருக்க
முன்னின்று எதிர்கொள்கிறான்
உதயக் கதிரவன்.
∎

ஒருபோதும் திறக்கப்படாத
தோட்டத்தைப் பூட்டியிருக்கும் கதவில்
பல காலம் முயன்று தான் செய்த
துளைவழி ரகசியத்துக்கு
முதற்பலியானது என் பிரியத்துக்குரிய மரங்கொத்தி.
தான் நுழையுமளவு பாதையைச் செம்மையாக்கிய
என் உடனுறையும் பூனை
பந்துபோல் எகிறி வெளிவந்து
நேர்ந்த அவமானத்தை அலறி உயிர் நீத்தது.
தனக்கேற்றபடி துளையைத் திருத்தியமைத்த
என் தட்டில் பருக்கைகள் கொத்தும் சேவல்
வெளியே வீழ்ந்து முகடுகளில் பறந்து பறந்து அமர்ந்து
துக்கம் கூவிச் சடுதியில் மரித்தது.
துளையில் பிதுங்கிச் சென்று வழியைப் பெரிதாக்கிய
என் இணைபிரியாத நாய்
பாய்ச்சலாகப் புறத்தோடி வந்து
தன் ஏமாற்றத்தைக் குரைத்தே ஜீவனைத் தொலைத்தது.
என் சொற்பப் பிரஜைகளும் அழிந்துபோக
சிரம் கவிழச் சரிந்து கிடந்தேன்.
சுற்றுச்சுவர் மீறி வளர்ந்திருந்த மரம்
முதுகில் பூவுதிர்த்து எழுப்புகிறது மீண்டும்.
அகண்டவழிப் பேரிருளின்
ஒப்பற்ற கவர்ச்சி அழைக்கிறது.

■

சகல ஆயுதங்களுடனும் கோடை
தன் காலாதி வாழ்விலோர் நாள்
இருவர் சண்டைக்கு அழைத்துவிட்டது
ரோஜாச்செடியை.
தன் இயலாமையை மறைத்துக்கொண்டு ஏற்றது செடி.
சுயகௌரவம்தான் முக்கியம் அதற்கு - ஆனால்
வெயில் முற்றுகைக்குள் நாட்கணக்கில்
செய்வதறியாது யோசிக்கத் தொடங்கிவிட்டது.
இது முறையற்றது அநியாயம் என்று ஆட்சேபித்து
நான் குடையமைத்தால் வெளியே தலை நீட்டுகிறது.
பக்கவாட்டில் புகுகிறது வெப்பத்தின் படை.
போர் கருதி தாராளமாகச் செய்த நீருதவியைக்கூட
ஏற்க மறுத்தது வடக்கிருத்தலுக்குச் சமமாக.
இலை விளிம்புகள் கருகத் தொடங்கியபோது
அடி மண்ணைக் கொஞ்சம் கிளறிப் பார்த்தேன்.
வெந்து வெடிப்புற்று உலர்ந்திருந்தது குடல் சுருள்.
தண்டு வளைந்தபோது மண்ணுக்குள்
எலும்புகள் விரிசலுற்றிருந்தன.
சுருங்கிச் சிறுத்து, உயரம் தாழ்ந்தபோது
சிக்கலாகித் துண்டுபட்டிருந்தன அதன் நரம்புகள்.
இறுதியில்
வேறு எதைத்தான் நாம் எதிர்பார்க்க முடியும்...
கொஞ்சமாவது போரில் நேர்மை நிலவியிருந்தால்
அது தன் ஆயுளின் ஆகச்சிறந்த
பூவின் மொட்டையேனும் புலர்த்தி
கோடையை அடிபணியச் செய்திருக்கக்கூடும்
என்ற ஆதங்கம்தான் மிஞ்சுகிறது.
பாலையிலும் பிழைத்திருக்கக்கூடிய கள்ளிச்செடியல்ல அது,
சின்னஞ்சிறு ரோஜாச்செடி.
தினந்தோறும் இறந்துபடும் பலநூறு உயிர்களிலொன்றாய்
பெருமையுடன் கலந்துவிட்டது.
பெற்ற வெற்றியின் துயரம் புரியாத மடமையுடன்
ஏரோது மன்னன் சிசுக்கொலைக்கென நியமித்த பணியாளாய்
'இங்கே அப்பாவியான - எளிமையான - பலவீனமான
சாந்தமான - அர்ப்பணிப்புள்ள
பூச்செடிகள் உண்டா' வென
வெயில் தோட்டங்கள்தோறும்
வாள்கொண்டு ஆராய்ந்து போகிறது.

∎

கோடை வந்துவிட்டதா...
இனி நெல்லி மரத்துக்குக் கொண்டாட்டம்தான்.
சூரியனைச் சீண்டித் தூண்டிவிட்டு
வெப்பத்தின் சினத்திலே தன்னைச்
சிங்காரித்துக்கொண்டிருக்கிறது.
காலத்தைச் சாக்கிட்டு
இதற்கெனத்தான் வருகிறதுபோலும் வெயில்.
யாருடையவோ
பகாசுரப் பசிக்குப்போலும்
தன் மனதைக் கனிகளாகத் திரட்டிச் சொரிய
ரொம்பவும் சிரமப்படுகிறது மரம்.
எண்ணற்ற பிஞ்சுகளையும் - காய்களையும்
தன் உடம்பில் மேவிக்கொண்ட சாகசம் கண்டு
நாம் வியக்க வேண்டும் என்பதற்காகவே
களைப்பின் பெருமூச்சைப் புன்னகையால் மறைக்கிறது.
தட்டிக்கொடுத்துக் கொஞ்ச வேண்டுமாம் இதை.
பாராட்ட வேண்டுமாம்.
அதிகம் செல்லம் காட்டியது தவறுதானோ,
மறதியினால் கவனிக்காமல் விட்டாலும்
ஒரேயடியாய்ச் சிலுசிலுக்கிறது.
இதைப் பார்த்து மயங்கி நிற்பதைத் தவிர
வேறு வேலைகளும் உண்டென்பதை

புரிந்துகொள்ள மறுத்துச் சிணுங்குகிறது.
இந்த அடக்கமும் பொறுமையும் அமைதியும்
வெளிவேஷம்தான்.
நெருங்கிய பழக்கத்தில் பிடிபடும் இதன் இயல்பின்
ஆரவாரம்.
பதற்றமும் நிகரற்ற கர்வமும் தெரியவரும்.
இப்போது உங்களை இதனருகே அழைக்கிறேன்.
நீங்கள் சொல்லுங்கள்,
'நீ மிக அருமையாக வளர்ந்திருக்கிறாய்.
உன்னைச் சொந்தமாக்கியவன் பாக்கியசாலி.
நீ மிகவும் இனியவள், செழிப்பின் பேரழகி.
நான் உன்னை விரும்புகிறேன்.
நொடிக்கு நொடி பெருகும் ஆர்வத்துடன் இடையறாது
கொத்துக் கொத்தாய் காய்த்துக் குலுங்குகிற
உன்னைப்போன்ற நெல்லிமரம்
வேறு எங்குமே இல்லை' யென்று சொல்லிப்பாருங்கள்.
நிற்கிற நிலையில் நிலைகொள்ளாமல்
வெட்கி முகம் தாழ்த்துவாள்.
பொங்கிப் பூரித்துப் பெருமையில் சிலிர்த்து
புகழ்ச்சியைக் கண்டுகொள்ளாதவள்போல அலட்சியமாக
வானத்தைப் பார்ப்பாள்.

∎

கண்ணாடிச்
சுவரிலொரு சதுரத்தைக்
கண்ணாடியென்று நெருங்கினேன்.
கம்பிகளற்ற சன்னல் பரப்பில்
என் புன்னகை ரசம் பூச
தன் முகம் பார்த்துக்கொண்டது வெளி.

■

மலர்ச்சி

மறந்தேன். மன்னித்துவிடு.
உன் வேர்கள் குவிந்து உதடுகளாகி உறிஞ்ச
என்னை நெகிழ்த்திச் சுரந்து
எவ்வளவு காலமாயிற்று என்றறியேன்.
என் அண்மையிலிருந்து
நீ மிகவும் எதிர்பார்த்திருப்பாய்.
உனக்குத் தெரிந்த வழிகளிலெல்லாம்
என் கவனம் ஈர்க்கப் போராடியிருப்பாய்.
பாலையில் வீழ்ந்துபட்ட சிறு பறவையாக
தகிப்பிலும் தாகத்திலும் துடித்திருப்பாய்.
உன்னைப் பார்த்துக்கொண்டே
முழுக் குருடாயிருந்திருக்கிறேன்.
உன் அலறல் அழைப்பைக் கேட்டுக்கொண்டே
முழுச் செவிடாயிருந்திருக்கிறேன்.
உன்னருகில் இருந்தபடி இல்லாமல்போன நான்
தற்செயலாய் உன் நினைவு மீண்ட
இக்கணமே உன்னையடைந்தேன்.
உன் உறைவிடம் முற்றிலும் வறண்டு கிடக்கிறது.
என் முற்பரிவின் கடைசி ஈரம் தந்த
சொற்ப சக்தியின் சாத்தியங்கள்
அனைத்தையும் உபயோகித்து
தொட்டிக்குள்
முடிந்தளவு பூக்க முயன்று நான் காண
இயற்றியிருக்கிறாய் இதழ்களில் நலிந்த முறுவல்.
நித்தமிப் பேருலகில் ஊட்டம் பெறும் நெடுவாழ்வில்
மலரக் கூடவில்லை எனக்கு
உன்போல் ஒருமுறை.

∎

பூப்பு

காத்திருந்த தருணம் வந்துவிட்டதைப்
படுக்கையிலிருந்தபடி உணர்ந்தேன் பாதியிரவில்.
வந்து குழுமினர் பணியாட்கள் பலர் - தொழிற்
கருவிகளை ஏற்றி வந்த யானைகள் பிளிறின.
பேச்சும் சிரிப்பும் கேளிக்கை பலவுமிடையில்
மேற்பார்வையாளர்களின் கட்டளைகள் உரத்தன.
சிறகுகளை நிறத்தாழிகளில் நனைத்த பறவைகள்
தலைகளில் தெளித்து வட்டம் சுற்றின.
செய்து வைத்த உதிரிப் பகுதிகளிலொன்றைக்
காணவில்லையென்றும் களேபரம் - யாரும்
காணாத நேரத்தில் மரம் இறங்கிய குரங்கு
எடுத்த இடத்தில் வைத்து ஒளிந்தது.
சுண்ணக் கலவையள்ளி வீசி விளையாடிய
குழந்தைகளைச்
செல்லக் கடிதலில் தடுத்தனர் பெண்கள்.
செதுக்கி இழைத்துக் கோணம் பார்த்துத் துல்லிய
மையம் நிறுவிய கூச்சல் கேட்டு
ஓய்வெடுத்த ஒப்பனைக்காரன் ஓடி வந்தான்.
மெருகிடுவோருக்கும் மிருது செய்வோருக்கும்
ஏற்பட்ட சச்சரவை இசை நடனக்குழு
ஓங்கிய பாட்டெடுத்து மூழ்கடித்தது.
ஒலியின் உதவியின்றியே அனைத்தையும்
கிரகித்துக் கிடந்தேன் நான்.
பெருங்கட்டுமானத்தின் எந்தக் கட்டத்திலோ
களைப்புற்று உறக்கத்தில் ஆழ்ந்தேன்.
விழித்தபோது சென்றிருந்தனர்
இரவெல்லாம் வேலை செய்த தேவதூதர்கள்.
கம்பீரமாய் என் முற்றத்தில்
பூத்திருந்தது ரோஜாவொன்று.

■

பூப்புணர்ச்சி

அந்த இருவர்
பூக்கள் மீது பெருங்காதல் கொண்ட
பெண்களாயிருக்க வேண்டும்.
உயரப் பூத்திருக்கும் மல்லிகைப் பந்தலின் கீழே
ஒருத்தி மண்டியிட மற்றொருத்தி
அவள் முதுகில் ஏறிப் பூப்பறித்தாள்.
பறிப்பவளின் கரங்கள்
தீண்டித் திளைத்தன.
கிளர்ச்சி மீதுற நடுங்கும் விரல்களில்
முத்தங்கள் என
மணத்தை மட்டுமே கனிந்தளித்து
அக்கணமே மறைந்தன கொடி பிரிந்த பூக்கள்.
ஒன்று இரண்டு பத்தென பலநூறு
பூக்கள் மறைய மறைய
பறிக்கும் மோகம் பெருகுகிறது.
துய்த்துத் தோய்ந்த சிலிர்ப்பில்
போதுமென்றிறங்கினாள் மேல் நின்றவள்.
படிபோலச் சமைந்திருந்தவளும்
மனம் நிறைந்து எழுந்தாள்.
அத்தனைப் பூக்களும் அவள்
மடியிலிருந்து கொட்டியது.

∎

மேலிருந்து...

    ஆகாய முழுமையும் போதவில்லை
    ஓய்வாகப் படுத்துறங்க.
    சட்டைப் பித்தானைப்போல
    மார்பில் கிடக்கிறது நிலவு.
    ஒலிகள் இனங்கலந்த
    ரீங்காரம் காதருகில்.
    ஒட்டி உரசுவதை வீசியெறிந்தாலும்
    மேலே வந்து விழுகின்றன
    நட்சத்திரங்கள்.
    புரண்டு படுத்தால் இடிக்கும்
    கடவுளின் உடல்.
    அவன் குறட்டை கேட்டு
    சிரிப்பு வருகிறது.
    சினை மேகங்கள் தாகத்திற்கென
    பிழியப்பட்ட குப்பை.
    தூக்கத்தில் குட்டி தேவதைகள்
    முலைக்காம்புகளின் நினைவில்
    என் விரல்களைச் சுவைக்கின்றன.
    இங்கிருந்து தெரியவில்லை
    மொட்டை மாடியில் விரித்து வைத்த படுக்கை.

■

மொழி

பார்த்தாயா?
இதைத்தான் இவன்
இவ்வளவு நாட்களாகப் படித்துக்கொண்டிருக்கிறான்
என்று
மேசைப் புத்தகத்தின் பக்கங்களை
ஒவ்வொன்றாக விரித்துக் காட்டுகிறது
மின்விசிறி சன்னலருகில்.
எழுத்தறிவற்ற அந்தியொளியோ
மஞ்சள் கைகளால் தடவித் தடவி
இல்லாத சித்திரங்களைத் தேடுகிறது.
∎

தோழமை இருள்

பனைமரச் சிரங்களை வாஞ்சையில் தடவிக்
கடக்கிறது நிலவு.
மரக் கைகளால் ஏரி
நட்சத்திரங்களைப் பறிக்கிறது,
ஏற்கெனவே நீரில் ததும்பிச்
சிதறுபவை போதாமல்.
சாந்தங் குழைந்த மலை முகட்டில்
ஒளி தெரியும் வினோத ரீங்கரிப்புகளில்
காற்றுச் சரசரப்பில்
வயற்காடு பேசுகிறது அருள்மொழி.
தொலைவான நூற்பாலை ஜெனரேட்டர்
ஒரு லயப் பின்னணியாக
சிகரெட் புகையோடு உன்
வார்த்தைகளையும் நெஞ்சிலடைக்கிறேன்.
டார்ச் விளக்கில் தடம் பிடித்து
மாட்டுக் கொட்டிலின் இரண்டு
கயிற்றுக் கட்டில்களுக்கு
மௌனித்துத் திரும்புகிறோம்.
'ஆடோ - கன்றோ வந்து கட்டிலை உரசும்;
பயப்படவேண்டா' மென்கிறாய்.
உன் பேச்சு முடிந்து
வெகு நேரங்கழித்து
கடைசியாக உன்னிடம் ஏதோ
சொல்ல வேண்டிய தயக்கத்தோடு
உறங்க முயல்கிறேன் நானும்.
கற்களைக் கூட்டி வைத்து
அடைகாக்கும் கோழி
மதியம்போலவே
இப்போதும் முனகுகிறது.

■

அந்தரம்

தரை வீழ்ந்தும் புழுவொன்று
அறாத இழை பற்றி மீண்டும்
உச்சி மரம் நோக்கி உந்துகிறது தன்னை.
பேணிப் பரிந்து காக்கும் மரமுகடு மேலே.
பாதையேகும் பாதங்களடியில்
கீழே காத்திருக்கும் மரணம்.
நிறங்களெல்லாம் துடிதுடிக்கின்றனஞ்
அனற் புகையில் கருகுவதுபோல
மட்டுமீறுகிறது மருட்சி.
வலமிடமாய் உடல் வீசி அது
பேராற்றல் முற்றும் கொண்டு
மேலெழுந்து கடந்ததோ
நெடுவழியின் சிறு துளி.
சற்றே உயர்ந்துவிட்டால் பிறகு
தாயிடம் சேர்வது சுலபம்தான்.
வந்துவிடு வந்துவிடு அன்பே என்று
இலைகள் இறைஞ்சுகின்றன.
எதனுக்கு வாயிரையோ
ஊசலாடும் புழுஞ்
கண்டுவிடுமோ மரங்கொத்தி
விதியாய்ச் சுற்றி வளைத்து
உயிர் சுவைக்குமோ வெயில்
காற்று பீறிட்டு இழையறுக்குமோஞ்
பூக்கள் தேம்புகின்றன.
தவிப்பில் கிறுகிறுத்து
உதிர்கிறதொரு பழுப்பிலை.
புதிரின் கடுமை புலன் கிளற
பசைத்துப் பசைத்து வருகிறது வேட்கை.
நொடியிற் பலமுறை உடல் மடித்து உதறி
மேலேற முயலும் புழு
ஆடிக்கொண்டிருக்கிறது
இழை விடாமல்.

∎

அடுத்து
எந்தத் திசையிலிருந்து
காற்று வரும்.
இப்போதைய தொற்றல் ஒரு
வறட்டுத் தாவரத்தின்
முள் முனை மீது - மீண்டு...
சன்னல் மூலைகளின்
ஒட்டடைச் சிக்கலிலா
புகைபோக்கிக் குழாயின்
உட்புற நிறத்தோடா
புற்பரப்பு - பூவுள்ள மரம்
கழிவுநீர்க் குட்டை
எதோடமையும் மறுபதிவு?
வண்ணச் சொட்டுகளைத்
தொடர்ந்து வடித்து
பிரயத்தனப் பெருமூச்சில்
இழைகளை ஒவ்வொன்றாய் இழந்து
பூஞ்சிறகு.
எதனோடும் ஒட்டிக்கொள்ள
உரிமையிருக்கலாம்.
சேருமிடத்தைத் தெரிவு செய்து
சுட்டிக்காட்டிக் கட்டளையிட
கண் மறைந்த திசையிலிருந்து
காற்று வரும்.
முற்றும் இழைகள் உதிர்ந்து
நிறமற்ற நிர்வாணத்தின் பின்
பூஞ்சிறகைக் காண
காற்றிடம் கேட்க வேண்டாம்.
சற்று நிதானித்து மூச்சை
ஆழமாய் உள்ளிழுக்க
நெஞ்சில் நிறையும்
சுவாசத்தில் தெரியும்
வண்ணங்களும்
இழைகளின் தொகுதியும்.

■

என் முதல் வார்த்தை முடிவதற்குள்
அதன் அவசியமின்மையை
உணர்த்திவிடுகிறீர்கள்.
என் செயல்களிலிருந்து
உங்களுக்கேதுவான அர்த்தம் உரிப்பது
இலகுவிற்கூடிற்று உங்களுக்கு.
உங்கள் பாவனை
எனக்குப் புரிவதுபோல
என்னுடையதும் ஆகுமென்ற
காத்திருப்பை நிராகரிப்பதில்
இறுதிவரை உங்களுக்கு வெற்றி.
உங்கள்
உபாயங்களுக்குள் செலுத்தப்பட்டு
என் திசையழிந்து போயிற்று.
என்னை ஒப்புக்கொடுக்கும் முன்பு
இதைச் சொல்ல அனுமதியுங்கள்,
உங்களையும்
நான் நேசிக்கிறேன்.

∎

அத்தனைபேர் கூடி
ரயிலுக்குக் காத்திருக்கையில்
என்னிடம் மட்டும் பிரியம் வைத்து
ஒரு காக்கை
தலை தட்டிச் சென்றதும்
கேன்டீனில் கொஞ்சம் தண்ணீர் வாங்கி
சனி கழிய
தலையில் தெளித்துப்போவென
பரிவாகச் சொன்னாள் பெண்ணொருத்தி.

∎

பொழிகின்ற பெருமழையில்
என் உப்பு மூட்டை கரைகிறது
சிறிது சிறிதாய்.
அமைத்த தடுப்புகளையெல்லாம்
தகர்க்கும் நீர்ப்பெருக்கம்.
கேட்டவர்க்குக் கொடுத்திருக்கலாம்
கடந்த கோடையிலேயே.
∎

இடமற்றுப்போன இரண்டுபேர்
நித்தம் நித்தம் செல்லும் சாலையில்
இடிக்கப்பட்டுக் கிடக்கிறது ஒரு கட்டடம்.
பலநூறு முறை முழு உருவில் அதைப் பார்த்திருப்பேன்.
அது என்னவாய் இருந்ததென்று
இப்போது தெரியவில்லை.
போகிற போக்கில் எப்போதோ
அதனுள் கண்ட மங்கல் காட்சி மட்டும்
மறையாதிருக்கிறது.
அரையிருளில் இருவர்
எதிரெதிர் இருக்கைகளில் அமர்ந்து
உரையாடிக்கொண்டிருந்தார்கள்.
உரையாடல் நடந்த இடம்
வீடா, கடையா, காட்சியரங்கா...
எல்லாம் இடிக்கப்பட்டுவிட்டது.
என்னுள்ளே
இருக்கைகளிலிருந்து
தொடர்ந்து பேசிக்கொண்டிருக்கும்
மங்கலான உருவங்களை
எச்சூழலில் பொருத்திப் போவதென்றறியாமல்
சுமந்துகொண்டிருக்கிறேன்.

■

பயணத்துக்குத் தயாராகுதல்

பயணத்தில் எதிர்ப்படும் குழந்தைகளுக்கு
இனிப்புகள் சேகரித்தேன்.
அழுகின்ற பிள்ளைகளுக்கு விளையாட்டுக் காட்ட
குரங்கு முகமூடியையும் தேடி எடுத்தபின்,
சலிப்புறுவோரை மகிழ்விக்க
மறந்துபோன சில நல்ல பாடல்களை மீண்டும்
மனனம் செய்தேன்.
சக பயணிகளோடு உரையாடப் பல விஷயங்களைப்
படித்தறிய வேண்டியிருந்தது. இல்லையெனில்
அவர்கள் என்னுடன்
பேசாதிருந்துவிடக்கூடும்.
எதிர் இருக்கைக்காரர்களுக்கென சில
புத்தகங்களைத் தூசு தட்டி வைத்தேன்,
அவர்களுக்குப் படிக்கப் பிடிக்குமா
என்று தெரியாமல்.
அவர்களுக்குத் தொந்தரவெனில்
புகைக்கக் கூடாதென்றும் எதையும் நான்
ஆட்சேபிக்கக் கூடாதென்றும்
நினைத்துக்கொண்டேன்.
பிச்சைக்காரர்களுக்கு சில்லறைக் காசுகள்
கொஞ்சம் மாற்றிக்கொண்டேன்.

எதற்கும் இருக்கட்டுமென்று
பத்திரப்படுத்தப்பட்டன
தலைவலி, உடல்வலி
மாத்திரைகள்.
மசி நிரப்பிய பேனாவும் காகிதங்களும்
பயணக் குறிப்பெழுத.
இறுதியில்
மலர்களில் மிகப் பூத்த சிலவற்றை
பட்டுத் துணியில் சுற்றிக்கொண்டேன்,
யாருக்காவது
பரிசளிக்க நேரலாம்.
புறப்படுகையில் தோழன் சொன்னான்:
"நீண்ட பயணத்தில் நண்பர்கள் கிடைப்பார்கள்."

ரயில் நிலைய அதிகாரி
சற்றே புரண்டு விழிக்கும்வரை காத்திருந்து
என் வண்டியைப் பற்றி விசாரித்தேன் - அது
வெகு நேரம் முன்பே சென்றுவிட்டதாய்
தூக்கத்தினிடையில் சொன்னார்.

■

உலகளாவிய கரங்கள் வேண்டும் எனக்கு
எல்லோரையும் அணைத்து மகிழ.
எல்லாப் பறவைகளின் சிறகுகளிலும்
என் கண்கள் இருக்க வேண்டும், அனைவரையும்
ஒருசேரக் காண்பதற்கு.
போகுமிடமெல்லாம் காற்றென்
குரலையும் கொண்டுபோனால்
எல்லோருக்காகவும் பாடுவேன்.
உலகத்து மண் முழுதும்
என் ஊன் கலந்து உரமாகி
பயிர் வளர்ந்து மரம் வளர்ந்து மலருண்டாகி
உங்களுக்கென்றாக வேண்டும்.
உங்கள் கவலை மீன்களையெல்லாம்
நீந்தவிட
பெருங்கடலாய் என் மனதிருக்க வேண்டும்.
வளைந்த முதுகென்றாலும்
வலுவானதாய் வேண்டும்,
உங்கள் சுமைகளைத் தாங்க.
உங்கள் பாவங்களுக்கான
ஒட்டுமொத்தச் சம்பளம் நானே பெற வேண்டும்.
உங்கள் கதவுகளைத் தட்டும்
தோல்விகளுக்கும் துயரங்களுக்கும்
என்னைச் சுட்டிவிட்டு
விடுபட்ட மான்கள்போல நீங்கள்
துள்ளியோட வேண்டும்,
அதற்கு நிகராய் என் நெஞ்சில்
மலைத் தொடர்போல திடம் வளர வேண்டும்.
விளக்காகக் குடைந்த என் கபாலத்தில்
உதிரந்தோய்ந்த நாளங்களைத்
திரியாக்கிச் சுடராகி உங்கள்
வழிக்கு விளக்காகும்
பேறு பெற வேண்டும்.

■

கண்ணாடியில் ஒரு
பல்லி படிந்து
தன்னழகு தான் பார்க்க
என் நாசி ஒரு பல்லி.
தொண்டைக்குழியிலிருந்து
மேலேறி வந்ததுடன்
ஒன்றின்மேல் ஒன்றாக
பல்லிகள் புணரும்
தளமானதென் முகம்.
அசைதலுக்கஞ்சுமென
விழியிமைக்காது
சிலையின் தலையாகி
கண்களில் நீர்
விளிம்புகட்டி விழுகிறபோது
கலைந்து எதிரெதிரே
சட்டங்கடந்து போயின
என் முகமறியாது.

∎

கவசத்தைத் துளைத்து
தோளில் தைத்தது அம்பு.
ஆறாத புண்களிடை
மீண்டும் ஒன்று.
என் நிழல்களின் கரங்களின்
வலுவறிந்து - துக்கித்த
முகத்தையாவது மறைத்துக்கொள்ள
பொத்தலாகிப்போன
கவசம் மட்டுமே கைவசம்.
யாரும் உணராதிருக்கட்டும்
இந்தத் தோல்வியையும்.
உணரப்படும்போது
இலக்கற்றுப்போகும் - என்
நிழல்களின் அம்புகள்.
நான்
முற்றிலும் சாகாதிருக்கிறேன்.
∎

வழிக்குறிப்புகள்

தொடக்கத்தில்
மனிதத் தோல் கட்டிய
முரசொன்று தென்படும்.
தயக்கமின்றி
காதைப் பதித்துக் கேளுங்கள்.
இதுவரை பெறாத
தேற்றுதல் வார்த்தைகளால்
கடலின் நடனம் உள்ளே
புரண்டு சுழலும்.
கடந்து வந்த பிறகு
வழியோரமெங்கும்
வெள்ளை நாணல்கள்
ஒளிர்ந்தசையக் காண்பீர்கள்.
அவசியமில்லையெனில்
அருகே சென்று அவை
நரம்புகளெனத்
தெரிந்துகொள்ள வேண்டாம்.
இப்போது நீங்கள்
ஆற்றைத் தாண்டியாக வேண்டும்.
சூடான சிவப்பு நீர்ப் பிரவாகத்தில்
அவசரமாக இறங்கிவிடாமல்
கவனியுங்கள் - தூயதாய்
ஒற்றைப் பாலமிருக்கும் - அதில்
பிணைத்திருக்கும் எலும்புகள்
எந்தெந்த உறுப்புகளுக்கானதென்று
சிந்திப்பது
உங்கள் வேலையல்ல.
அடுத்ததாக ஒரு திருப்பம்.
இடையில் கிடக்கிறது
மழுங்கிய பாறை.

அந்தக் கபாலமேட்டின்
விழிப்பள்ளங்களையும்
பற்களையும் பார்த்து
அஞ்சாதீர்கள் தயவுசெய்து
களைப்பென்றால் அமருங்கள்.
இளைப்பாறி
மீண்டும் புறப்படுகிறீர்கள்.
பாதியில் படிகிறது இருள்.
இங்கே கொஞ்சம்
நீங்கள் தாமதிக்கலாம்.
உங்களின் இருபுறமும்
இமைகளுடைய பிழம்புகள்
இரண்டு தோன்றி
மேலும் வழிநடத்தும்.
நில்லுங்கள்.
கொண்டு வந்த மலர்களை
கீழே வைத்துவிடுங்கள் - மெலிதாக
உயர்ந்தடங்கும் நிலத்தின்
சுவாச அசைவுகளை
உங்கள் பாதங்கள் உணர்கின்றனவா?
இனி நீங்கள் செய்ய வேண்டியது
எல்லா நினைவுகளையும்
பிடுங்கியெறிந்துவிட்டு
மௌனித்திருப்பதுதான்.
காத்திருங்கள்
சற்று நேரத்தில்
குளிர்ந்த காற்று வந்து
உங்களைத் தொடும்.
அது என்
ஆன்மாவின் முத்தம்.
அதன் பிறகு நீங்கள்
திரும்பிப் போய்விடலாம்.

∎

நீங்கள் வருமுன்னர்...

எதன் மீதோ எதுவோ மோதி
சதாவும்
ஏதோ ஒன்று உடைந்தவண்ணமிருக்கிறது.
சித்திரங்களிலெல்லாம்
ஒரு தூரிகை
கருமையடித்துப்போகிறது.
குற்றுயிராய்த் திரும்பி வந்த பறவைகள்
விழுந்து மடிகின்றன.
சரி செய்யக் கிடைத்த
கருவிகளும் பழுது.
நீங்கள் வரும்போது
சில மணி நேரத்துக்கு முன்னதாகவாவது
ஒரு அறிவிப்பு கிடைக்கச் செய்யுங்கள்.
இடைப்பட்ட அவகாசத்தில்
திராவகத் தொட்டியிலிருந்து
எழுந்து மறைவில் - வெற்று
எலும்புகளைப் போர்த்தி மூடி
வரவேற்பதற்கு நெருங்குவேன்.
மற்றுமொரு பிரம்மாண்டத்தின்
மௌனச் சரிவின் கீழிருந்து
முயன்று சிரித்தபடி பேச வருவேன்.

∎

உத்தரவாதம்

அற்புதம்
உங்கள் கத்தரிக்கோல் பட்டதும்
இசைவாகிறது காகிதமாய்
எலும்புக் கடினமற்று என் கபாலம்.
கத்தரிக்கோல் விளிம்பில் ஒட்டும்
மூளைப் பகுதிகளை
நாவால் தடவும் உங்கள் அன்பை
விரும்புகிறேன்
பிடித்திருக்கிறதா சுவை?
அற்ப சந்தேகம்,
தொண்டைக்குள் கை நுழைத்து
இதயத்தை நறுக்குவது எதற்காக?
ஒட்டுவதற்கு இடமுண்டா
உங்கள் ஆல்பத்தில்?
உங்கள் வயிறு உப்புவதும்
என் ரத்தம் வற்றுவதும்
அதிக சுவாரஸ்யம்.
நல்ல ரணசிகிச்சை என்பது
இப்படித்தானிருக்க வேண்டும்.
குடலை தொகுத்துக் கட்டி
வெளியே இழுப்பதற்கும்
ஸ்டெதஸ்கோப்பைப் பயன்படுத்த

தேர்ந்த வைத்தியனால்தான் முடியும்.
வேறு உபகரணங்கள் வேண்டுமென்றால்
என் தொடை எலும்புகளை
உடைத்தெடுத்துக்கொள்ளலாமே.
அதைவிட...
அதிகப்பிரசங்கி என்று கோபிக்காமலிருந்தால்
எளிய ஆலோசனை சொல்வேன்.
உங்கள் நகங்களையே பிரயோகித்தால்
கத்திகளைக் கையாள்வதன்
சிரமம் மிச்சம்.
பணியிடையில் எதற்கிந்த
ஏமாற்றச் சோர்வு?
என்ன முயன்றும் என்
உயிர் இருக்கும் இடம்
தெரியவில்லையே என்று
வருந்துகிறீரா வைத்தியரே?
எல்லாவற்றையும் முடித்து
மூட்டைகட்டிய பிறகு
மருத்துவக் கூலி தரவே அதை
மறைவான இடமொன்றில் வைத்திருக்கிறேன்.
இன்னும் சிதையாத பகுதிகளும்
உடம்பிலிருக்கின்றன.
தொடரட்டும் உங்கள் சிகிச்சை.

∎

உயிர் நீட்சி

குடித்த விஷம்
அழைத்து வந்த மரணம் - அறைக்குள்
நட்புச் சம்பாஷணையொலிக்க
பேச்சு முடியட்டும் போவோம் என்று
பொறுத்திருக்கிறது.
மிச்சமிருந்ததை இன்னொரு முறை பருகி
துரிதப்படுத்தினேன் விளைவுகளை.
அது என்னவென்றறியாத நண்பன்
எனக்கும் என்று கை நீட்டவில்லை.
கேட்டிருந்தாலும்
உன் பங்கும் சேர்ந்துதான்
தீர்ந்தது என்றிருப்பேன்.
நொறுக்குத் தீனியிருந்தால்
நேரம் போகுமென்றெண்ணி
மரணம் உலவுகிறது குறுக்கு நெடுக்காக.
தற்காலிகமாய் விடைபெற்று
நண்பன் அகன்றான்.
உத்வேகமாய் வந்த மரணம்
தன் தொழில் பெட்டியைத் திறக்கும் முன்பு

தட்டப்பட்டது தாழிட்ட கதவு
'இங்கே என் நண்பன் இருக்கிறானா?'
நிலை மறந்து வாய் தவறி
மரணமே பதிலிறுத்தது
'இருக்கிறான், இருக்கிறான்!'
உள்ளேயிருந்து கேட்ட குரல்
உன்னுடையதுபோல் இல்லையே
என்று வந்த வேறொருவன்
கழுவாத தேநீர்க் கோப்பையில்
ஈக்கள் மொய்க்கின்றன பார் என்றான்.
தேநீர் வண்டலைத் தொட்டுக்கொண்டிருந்த
ஈக்களைப் பார்த்து
மரணத்திடம் கேட்டேன் மானசீகமாக
'நான் பருகியது விஷமல்லவா?'
'நீ தனித்திருக்கும்போதுதானே அதன்
தன்மை தெரியும் - இப்படி
காக்கவைத்துக் கழுத்தறுக்கிறாயே' - என்று
பிழைப்பை நொந்துகொண்டு
படிக்கட்டிலமர்கிறது.

∎

இடைத்தங்கல்

வரும் வழியில் எவரும்
'இதோ இவன்தான்' என்று
சுட்டிக்காட்டிப் பேசாதது தந்த
தைரியத்தால் உன் கதவைத் தட்டினேன்.
களைப்பு நீங்க என்னை உன்
குளியலறைக்குள் அனுமதித்தது பற்றி மகிழ்ச்சி.

என் குற்றமாய்க் கருதப்பட்டுவிடுமென
சோப்புக் கட்டியில் ஏற்கெனவே ஒட்டியிருந்த
ரோமம் களைகிறேன்.

என்னைக் கண்டதும்
நம் முந்தைய உரையாடலின் உற்சாகத்தை
உடனே துவங்கிவிடு - இடைவெளி நிமிடமானாலும்
எங்கும் பரந்திருக்கும்
என் இழிவுகள் பற்றிய தகவல் உனக்கு
தெரிவிக்கப்பட்டுவிட்டதோ என நான்
அஞ்ச வேண்டியிருக்கும்.

என்னுடையதுமாகிவிடுமென்பதால்
சுவரின் கறைகளைத் துடைக்கிறேன்.

வெளியே செல்லாதே நெடுந்தூரம்.
மரணச் செய்தியைச் சேர்ப்பிக்கிற
அவசரத்தோடு
என்னைப் பற்றிய புகார் எப்படியாவது உனக்கு
அறிவிக்கப்பட்டுவிடும்.

என் பாதங்களிலிருந்தே தரை
அழுக்குப் பிடித்ததாய் தோன்றக்கூடும். எனவே
அறையையும் வாஷ்பேசின் குழியிலிருந்த
நுரையையும் கழுவுகிறேன்.
கண்ணாடியில் படர்ந்திருந்த ஈரப்புகை
என் அலட்சியமாய்த் தொனிக்க வழியின்றி
கைக்குட்டையால் அழிக்கிறேன்.
ஒரு பல்லியைத் துரத்தினேன்,
சன்னலுக்கு அப்புறத்தே.
அடைத்துக்கொண்டால்
என் மீது சந்தேகம் வரலாம்.
சுத்தம் செய்ய,
தேங்காமல் நீர் வெளியேறுகிறது.
குளிக்காமல்
வியர்த்தொழுக வெளியே வந்தேன்.
துவட்டவில்லையாவென நீ வினவுகிறாய்.

நான் குளியலறைக்குள் இருந்தபோது
வெளியே என்ன நடந்ததென்று
எனக்குத் தெரியாது.
நான் சென்ற பிறகு
நான் அமர்ந்திருந்த இருக்கை மீது
என்னைக் குறித்த வசைச்சொல் எதுவும்
உன்னால் வீசப்பட்டுவிடுமோ என்றுதான்
வெகுநேரமாக
விடைபெறத் தயங்கி நிற்கிறேன்.

∎

அறிவுச்செல்வன்

1

இன்னும் அருகே வா.
உன் தோளைப் பற்றாமல்
பேச முடிவதில்லை.
சிரிப்பும் அழுகையும் நினைவுகளும்
நிஜமற்றிருக்கின்றன
நீயகன்ற சமயங்களில்.
தகப்பனுக்குக் கை கொடுத்து
அலை எத்தி நடக்கும்
அச்சமற்ற சிறுவனையொத்து
புதுப் பிறப்பாய்
சுற்றியுள்ள அனைத்தோடும்
உன்னோடிருக்கையில்
சொந்தம் கொள்கிறேன்.
தெரு வழி போகும்
பள்ளிச் சிறுவனை நீ
முதுகில் தட்டி அனுப்பும்போது
நானும் குனிகிறேன் மானசீகமாய்.
ஆர்வமுள்ள ஒரு யாத்ரீகனுக்கு
சன்னலோர இருக்கையை
விட்டுக்கொடுக்குமளவுக்காவது
உடலில் மோதி உருளும் பந்தை
குனிந்தெடுத்துக் குழந்தைகளிடமே
விட்டெறிந்து நடக்குமளவுக்கு
நான் உனக்கு
பயனாகியிருப்பேனா சொல்!
என் தூக்க முனகலை
நெஞ்சில் தட்டியமர்த்தும்
உன் தோழமைக்கீடாக
நல்லதாய் என்னிடம்
எதுவுமேயில்லை நண்பனே!

2

கையைக் கொஞ்சம் அசைக்காமல் படுத்திரு.
தலைக்கு உயரே தொங்கும் பாட்டிலிலிருந்து
சக்தி பரவுகிறது நரம்புகளுக்கு - இறங்கும்
ஒவ்வொரு சொட்டிலும் உனக்கு
சௌக்கியம் வருகிறது.
தயவுசெய்து
புரண்டு படுக்க முயற்சிக்காதே.
பாட்டிலின் திரவங் குறைய மீளும் வெற்றிடத்தை
உன் நம்பிக்கை நிரப்பட்டும்.
அமைதியாகத் தாங்கிக்கொள்ள முடியாதா உன்னால்...
என் வலிமை கரைகிறது உன் அரற்றலில்.
சன்னலுக்கு வெளியே
குரோட்டன் தொட்டிகளையும் மரங்களையும் கடந்து
தூரக் கட்டடங்களுக்கு மேலாக
உன் அவஸ்தைகளை சுவீகரித்து
பழுப்பாய் நகர்கிறது ஒரு மேகம்.
இருக்கும் நிலையிலேயே
உறங்க மனங்கொள் நண்பனே - என்னுடைய
எல்லாவற்றையும் உன்னோடு கிடத்திவிட்டு
உன் விரல்களைப் பற்றிக்கொண்டு
அருகிலிருக்கிறேன்.

3

அசுர கதியில்
உன்னைக் கொண்டு மறைகிறது ரயில்.
சடுதியிற் கலைபவர்கள்
ஆரவாரமற்ற ரயில் நிலையம்
ஆயாசமாய் நடக்கும்
ஸ்டேஷன் மாஸ்டர்
பூத்தட்டைச் சுமந்து
வீடு திரும்பும் சிறுமி - ஒரு
முதல் நட்சத்திரம்.
சற்று முன் நீயிருந்தாய்
பேசிக்கொண்டிருந்தாய்
என் கரம் பற்றி
எதை நினைத்தோ புன்னகைத்தாய்

புறப்படுமுன்
நீர் கலங்கிய விழிகளைத்
திருப்பிக்கொண்டாய் ஒருதடவை.
வழக்கம்போல்
இருளுக்குள் கூர்ந்து
ஸ்டேஷன் பெஞ்சில்
ரத்தம் தீர்ந்து செத்த உடலாய்
தளர்ந்திருக்கிறேன் நான்.
வழக்கம்போலவே
நீருக்குள் தலையழுந்தும் திணறலாய்
உன்னில் மூழ்கி
சில தினங்கள் கழியும்.

4

கலங்கித் தவிக்காத
நட்சத்திரங்களிருக்கையில்
நகரின் இருட் தெருக்களில்
உலவுபவன்
கொடுக்கப்பட்டவை
விரலிடுக்குகளின் வழியே
என்றோ வடிந்திருக்க
இப்போதுதான் நினைவு வந்து
திகைக்கிறான்
வெற்றுக்கையை உதறி.
ஒரு துயரமான ரகசியத்தை - அவன்
சொல்லவேண்டியிருக்கிறது.
சொல்லும்போது அவன்
அழவும் தயாராயிருக்கிறான்.
கதை நிரம்பிய வீடுகளோ
செய்திகள் பகிர்வதற்காக
அவனை அழைக்கின்றன.
உதிர்ந்து காய்ந்த
மலர்களின் மீது
ரத்தம் தெளித்து
முகர்ந்து போகிறான்.
பசிகொண்ட பிராணியின்
ஆவேசமாய்
தோண்டிக் கிளறி

முள்ளெடுத்து முள்ளெடுத்து தன்
அங்கங்களில் பதிக்கிறான்.
ரணத்திலும் வலியிலும்
படுக்கையில் புரண்டு
விடைபெறுவதுபோலவும்
மறுப்பதுபோலவும்
கையை அசைத்து
மூலைச் சுவரோடு
முகம் பதிய ஒடுங்குகிறான்
ஒன்றுமேயில்லை என்ற முனகலோடு.
தாங்கித் தழுவி தன்
நிறமாய் அவனை
பூசிக்கொள்ளும் சுவர்
என் நண்பனே நீதானோ?

∎

பள்ளம்

உன் இறுதி வார்த்தை விழுந்த பள்ளத்தில்
நான் நின்றிருக்கிறேன்.
நிகழ்வுக்கென்னை மறுத்து கடந்ததையும்
தாண்டிப் போகிறது விரைவு நடை.
உடையின் நிறம் அசைந்து
அடையாளமாகிறது ஜனங்களுக்கிடையில்
என் நம்பிக்கையின் நிறம்.
இந்தத் தெருவின் முனைவரையிலும்
உனக்கு வாய்ப்பிருக்கிறது
ஒரு தடவை திரும்பிப் பார்ப்பதற்கு.
தெரு நீளத்தில் நிறம் சிறுக்கிறது.
இதைவிடவும் அற்புதமான சூழல்
உனக்கு
ஒருபோதும் வாய்க்கப்போவதில்லை
தலை திருப்புவதற்கு.
தெருமுனையில் திரும்பிய பின் நீ
தொலைதூரப் பிரதேசத்துக்கு
இரண்டு டிக்கட்டுகள்
பதிவு செய்துவிட்டுக் காத்திருக்கலாம்.
விடுதியொன்றில்
இரண்டு கோப்பை தேநீருக்கு
ஆர்டர் கொடுத்துவிட்டு
இரண்டில் ஒரு சிகரெட்டை
புகைத்தபடி காத்திருக்கலாம்.
குழிந்துகொண்டே போகும் இந்தப்
பள்ளத்திலிருந்து
எதுவும் தெரியப்போவதில்லை
எப்போதும் எனக்கு.

■

கலந்திருக்கும் காட்சியினின்று விலகும் பார்வை
கலங்காதிரு என்றுணர்த்தித் திரும்பட்டும்.
தீரா முனைதலிலிருந்து மாறுமொரு கரத்தின் ஒரு விரல்
அஞ்சாதிருக்கும்படி தீண்டிப் பணிக்கு மீளட்டும்.
இடையறாப் பேச்சின் நேர்க்கோடு
பொறுத்திரு எனத் தேற்றுமொரு வார்த்தையால் நெகிழ்ந்து
முன்புபோலத் தொடரட்டும்.
பெரும்போக்கு தன் ஓரடியில் நீயும் வாவெனத் தாமதித்து
நெடுவழி சென்று மறையட்டும்.
சீர் செய்யக் கொடுத்தது செப்பனிடப்பட்டு
தயாராயிருக்கிறது பெற்றுச் செல்கவென
தவறியேனும் தகவல் வந்து பின்பு
சரியான முகவரியை அடைந்துவிடட்டும்.

■

நாளை வரும் உன் பாடல்

இந்த முன்னிரவில்
உன் பாடல் உறங்கச் சென்றிருக்கிறது.
மலை முகட்டு மரத்தைத்தான்
தன் படுக்கையாகத் தேர்வு செய்திருக்கிறது.
மொழியழகைத் தளிரிலைகளில் கிடத்துகிறது.
பொருட் சிறப்பை பூக்களில் வைக்கிறது.
ராகத்தை தண்டுகளில் உறையவிட்டு,
அதன் துயிலாத ஆன்மா
உனக்கெனவே காத்திருக்கிறது.
உன்னையே கருதிக்கொண்டிருக்கிறது.
புலர் பரிதியின் முதலொளியில்
தன்னைத் தொகுத்துக்கொண்டு
காற்றிலேறிக் கடந்து வரும்,
வெகு தொலைவை மிக விரைவாய்.
உன்னை முத்தமிட்டுச் சிரம் வருடி
செவிக்கருகில் ஒலிக்கும்,
சொல் வேறாய் பொருள் வேறாய்
புத்தினிமை செறிந்த
அந்தப் புதுப் பாடல்.

∎

நின்று கலங்குகிறானே மனிதன்...
தப்பவும் துரத்தவுமான ஓட்டத்தில்
களைத்து வீழ்ந்து குமைகிறான்.
மோதி மோதித் திடுக்கிடுபவனின் உள்ளே
கெட்டிக்கப்படும் துயரால் உடலே விரிசலுறுகிறதே...
அழுகையோர் கனத்த சங்கிலியாக
மூச்சிறுக்குகிறது.
ஐயோவென ஈனமாய்ப் புலம்புகிறானே...
பற்றியெரிவதும் சில்லிட்டு விறைப்பதுவுமாய்
தலையைக் கைகளால் பற்றி வதை பிடுங்கி எறிய
கதறிப் புரள்கிறானே...
இவனுக்கொரு கதியில்லையா?
குழப்பமோ கொந்தளிப்போ - சகிக்கமாட்டாத
வெட்கமோ வேதனையோ
கோணல் கோணலாகிக் கிடக்கிறான்.
பிளவுண்டு மண்கட்டியாகச் சிறுத்தவன்,
ஏக்கத்தின் நீர்கோர்த்து வீங்கித் தெறிக்கிறானே...
காலமெல்லாம் கையறு நிலையில்
தொழுது நலிந்து அச்சத்தால்
நகம் கீறிய பள்ளமொன்றிலும் பதுங்குகிறான்.
அவனான கொலைக்களத்தில்
அவனுக்கவனே பலியாகிற
அழிவின் குறிகளையேனும் நீ காணத் துணிவதுண்டா?
இவனுக்கொரு சமாதானம் இல்லவே இல்லையா?
நீதான் கடவுளா?
வானத்திலோர் சிம்மாசனமும் உனக்குத்தானா?
எவ்விதமாய் நீ நேர் செய்கிறாய்?
என்னதான் உன் கணக்கு?
என்னால் முடியவில்லையென்று எல்லோர் முன்பாகவும்
கைவிரித்துக் காட்டிவிட்டாவது போய்விடேன்.
கடவுளே,
எம் வேண்டுதல்களைக் கழுவிப் போக்கிவிட்டு
உன் கஜானாவில்
வேட்டையாடிய மனிதத் தோல்களையா பதனிடுகிறாய்?
அல்லது எங்கோ ஓரிடத்திலிருந்து என்னைப்போல்
இயலாமைக் கவிதையின் இதே வரிகளை வலியுடன்
நீயும் எழுதிக்கொண்டிருக்கிறாயா?

∎

அதிமானுடன்

ஆ விநோதம்...
பெருமழையெல்லாம் சேர்ந்து
ஒரே துளியாகி
இதோ வரட்டுமா என்று கேட்கிறது.
பிரகாசப் பெருவெள்ளம் பாய்கிற வாய்ப்பாக
சன்ன உராய்வைத்தான் எதிர்பார்க்கிறது.
கண்டறியாக் காட்சி இதுவே
கண்ணீர் காய்ந்து மணல் துகள்களான
பாலையின் பாதாளத்தில்
ஒளிந்திருக்கிற கானகம் வெளிப்பட
நீரை விலக்குவதுபோலப் பாதத்தால்
சைகை செய்யும்படிதான் வேண்டுகிறது.
தீண்டினால் போதும் சிறு இலையை
அந்த அசைவில்
பெரும்புயல் புறப்படத் துடித்து நிற்கிறது.
இதனினும் அற்புதம் இனி இல்லை,
ஒரு கனியின் ஒரு சுளையை
ஒரு துணுக்கையேனும்
உண்ண வேண்டியதுதான்
நீங்காப் பேராற்றல் வந்தமையும்.
கோடி மடங்கல்களுடன்
சின்னத் தகடாகிய பூமி
சட்டைப் பையில் வர கட்டளை கோருகிறது
அடடா... அந்த அதிமானுடனோ
தருணத்துக்குக் காத்திருக்கிறான்!

■

ஒரு பரிதாபக் காட்சி

குறுகி வருகுது தீ வளையம்
அருவி நீர் விழுதின் ஊடே அகழ்தல்போல்
சுவாலை மீதிற் சுழன்றாடுது சின்னக் குருவி.
கட்டிப்பிடித்தால் வெட்கிச் சிணுங்கும்
கன்னிக் கனலை தொட்டு வரையலாம்.
நஞ்சற்ற நீலம்
கனிக்குணம் சொல்லி வடிக்கும்
காய்த்த மரப் பிசின் மஞ்சள்
தடையகழி முதலைகளை
தணல் பிளந்த சிவப்பு.
புகைத் தோகையுச்சியில்
பிரித்தனுப்பும் கருஞ்சுருளில்
ஓட்டைத் திமில் ஒழுக்கில் திறனொழிந்து
பாதிப் பாலையில் பரிதவிப்போருக்கு
பயனாகும் செய்தி உண்டு.
புண்கள் தணியத்
தடவிக்கொண்டிருந்த புனைவுகளை
முப்பரிமாணத் தத்ரூபமாய்
முன்வைத்து உபசரிக்கிறது.
உற்ற கண்களுக்கு உருத்தெளியும்
நட்புடைய பரிசாரகனின்
குறும்புக் கண்சிமிட்டல்.
பறவைக் கூடுகளைப்
பிரித்து விளையாடும் அணிலை
பொய்க்கோபத்துடன் எச்சரித்து வருகிறது.
சூதாடிகள் இருவருக்கும்
சமமான வெற்றி வரும்படி
சதுரங்கப் பலகைகளைச் சீரமைக்கிறது.
அனைவர் மீதிலும்
நிறைவான மதிப்புகளைக் குறிக்கின்றன
அதன்
பரிசீலனைக் கரங்கள்.
சகல துன்பங்களையும் மையத்திலிருத்தி
நெருங்கி வருகுது நெருப்பு வளையம்.
துன்பம்
துடிப்பதைப் பார்க்கும்போது
பாவமாகத்தானிருக்கிறது.

∎

நொடி விவரணம்

ஞாபகங்களின் பாரமொன்றுமில்லை
இந்த நொடியின் மீது.
தொலைந்த பெருமூச்சுகளைப் பிடித்துவர
திசைகளிற் பாய்ந்துபோன பைசாசம் இனி
எக்காலத்தும் திரும்பப்போவதில்லை.
நம்ப வைக்கிற வேறு முகாந்திரமின்றி
தன் மேலங்கியில் தீயூட்டிக்கொண்டு
புன்னகைக்கிற பிரசங்கி - வெளியில் விரிகின்ற
எவரது கைகளும் வெற்றாய் மடங்காது
என்று சொல்கிறான் அடங்காத் திமிருடன்
திரும்பத் திரும்ப.
பிரயத்தனப் பாடுகளழிந்த இந்த நொடியில்தான்
தன் கழுத்துச் சங்கிலி பற்றி அழைத்துச் செல்லப்பட
வாலாட்டித் துடிக்கிறது ஒவ்வொரு வீட்டு வாசலிலும்
பரம சுலபம்.
வதையின் நிழலில் பத்திரப்படுத்தப்பட்டிருந்த
நிவாரணம் கண்டெடுக்கப்படுகிறது இந்த நொடி.
இதைப்போலவே
இரண்டு வழிகள் பிரிகின்ற இடத்தில் நின்று
குழம்ப வேண்டியதில்லை - இந்த நொடியில் வழிகள்
எல்லாமும் நடந்தேறிவிட்ட திருப்தியாகவும்

புதிதாகத் தொடங்கவுள்ள ஆர்வமாகவும்
சீரமைக்கப்பட்டுள்ளன.
இதே நொடியில்
தேடி ஓய்ந்து முகந்தாங்கிய தளர்ந்த கைகள்
ஊன்றிய மேசை விரிப்பினடியில்
கைபடக் காத்திருக்குமொன்று.
திடீரென்று, மிகவும் திடீரென்று
துருப்பிடித்த இறுக்கமுடைந்து உற்சாகம்
கொந்தளித்தேயாக வேண்டும்   இந்த நொடி!
பெருமகிழ்வைப் புணர்ந்து மயங்கும்
நொடியின் நடைவழியில்
உடைமைக்காரர்களின் பெயரழிந்த சந்தோஷ நினைவுகள்
பொது அறுவடைக்கு முதிர்ந்திருக்கின்றன.
இந்த நொடி கைக்குட்டையால் முகந் துடைக்கையில்
ரகசியம்போல நெற்றியில்
முத்தமாய்ப் படியும் மூதாதைகளின் ஆசியை
உணர்ந்துகொள்ளலாம் யார்வேண்டுமானாலும்.
காப்பாற்றிக் கைமாற்றிக் கடைசி மனிதன்வரை
எடுத்துச் செல்லப்படவேண்டிய இந்த நொடி
மிகவும் முக்கியமானது.

∎

இன்றைக்குப் பேனா
இரண்டு தடவை தவறி விழுந்தது.
பின்னால் வந்த யாரோ
எடுத்துக் கொடுத்தார்கள்.
இன்றைக்குக் கிடைத்தது
இவ்வளவுதான்.
கைவிட்டு ஓடுவதாய்
களியாடாதே வாழ்க்கையே!
நாளை
நடைச் சுரணை பெறும் கால்கள்
ஒரு அடி எடுத்து வைக்கும்போது
இரு கால்களின் இடைவெளி தூரத்தில்
களைப்பு நுரைத்துக் கிடப்பாய்.

∎

ரத்தத் திரையடிக்கும் கடலிது.
என் பிடரி பிடித்து
இரும்புக் கரங்கள் அழுத்துகின்றன
நரம்புகள் புடைக்கும் உச்ச பலத்தோடு.
தாழ்த்தும் கரங்களைத் தொட்டுணர்கிறேன்,
அவற்றின் தனித்த அடையாளங்களை
குரூரத்தை
தணியா வெறியை
வெற்றி வேட்கையை.
கைகால்களை உதறி
விடுபட வழியின்றி
கழுத்திறுகிய ஆழத்திலிருந்து
நெஞ்சின் திணறல் குமிழிகளாய்
கடல் மேற்பரப்பில் உடைந்து
உலகோடு கலக்கிறது.
மாளா விருப்பத்தை
மழையெனவே
பொழிகிறது
ஒவ்வொரு
குமிழும்.

∎

விவரம் தெரிந்து வாழ்ந்த இதுவரை
கயமை நாடகமாக நிகழ்ந்திருக்கிறேன்
நெஞ்சறிந்த துரோகமாக.
தொட்டிற் குழந்தை சிரிப்பது
எதிர் நின்று கடவுள்
பூ பற்றி அசைப்பதால் அல்ல,
கழுவேற்றிக்கொள்ளத்
துணிவற்றிருக்கும் என்னை நினைத்து.
ஆளற்ற கானகம் அல்லது
தனித் தீவில் சமரசமின்றி என்
சுயம் நிமிர்த்த முயலலாம் நான்.
அது செவிடானால் ஊமையானால்
குருட்டு முடமானால் அனுகூலம்.
அங்கும் ஒரு திசையிலிருந்து
தோன்றும் தப்பிதம் தனக்குத்தானே.
இயக்கத்தின் அனைத்து நொடிகளிலும்
என் மனக்கடிகாரம்
"பொய்... பொய்..." என்று
ஓசையின்றி அலறுவது
கிரகிக்கப்படுகிறதா உங்களால்...
தூரம் சென்று
தற்காத்துக்கொள்ளுங்கள்.

∎

கழுத்துக் காயத்தின் ஈக்களகற்றும்
நுகத்தடி அசைவில் வழிந்த உதிரம்
சூரியத் தணலை எதிரொளித்தது.
ஏறும் சுமையில்
நிலைப்பதற்குக் கால்களலைய
கண்ணீர்த் துளிகள்
சுடுமணலில் மறைந்தன.
பாரம் நிறைந்தும் வானம் பார்த்து
கட்டளை கேட்டதும் நடக்க நினைத்து
வலுவற்று வீழ்ந்தது
எல்லாம் முடிந்ததுபோல்.
கயிற்றடிக்கும்
கெட்ட வசவுக்குமெதிராய்
செய்வதறியாது பெருமூச்சுடன்
தரைச் சூட்டில் உடல் துடிக்க
கலங்கிப் பார்த்துப் பாதையில் கிடந்தது.
இப்போதைக்கு இலகுவான என்னை
இழுத்துக்கொண்டு கடந்து போனேன்.

∎

என் நடைவண்டி வழக்கம்போல
இன்றும் உடைந்தது.
தறிகெட்ட வேகத்தில் ஒவ்வொன்றாய்
ஓங்கி எதிர்ப்படுபவற்றில் மோதிச்
சக்கரங்கள் சிதைந்தன.
நடைவண்டியை நம்பியவனின்
பயிற்சி இன்மைக்கு இரங்கி - மீண்டும்
செப்பனிட அவகாசம் கொடுத்து
நின்று ஏவல் செய்வதில்லை காலம்.
கரையொதுக்குவது அதன்
கடமைகளில் ஒன்றெனை நானும்
கற்றிருக்கிறேன்.
பாழ்பட்ட படித்துறைப் பொந்துகளில்
கரைப் புதர்களின் இடுக்குகளில்
சிறு அழுக்குநீர்த் திவலையாகத் தேங்கி
உலர்ந்துவிடுவதில் ஒப்புமையின்றி
உடைந்த வண்டியை வணங்கித் தொடுகிறேன்.
'எழுந்திரு தயவுசெய்து,
நாம் வெகுதூரம் போக வேண்டும்.'
ஓய்வதை
கண்கள் மூடி இதயத்தில் காண்பதில்
தாடை மண்ணில் அழுந்தும் சுமையோடு
உயிர் நெசவின் வாழ்விழைகள் விலகுகின்றன மேலும்.
அசுரகதியில் என்னைக் கடக்கும் நண்பர்களே,
நீங்களும் நானும் முதலும் கடைசியுமாய்
நேர்க்கோட்டில் சந்திக்கும் இந்த சந்தர்ப்பத்தில்
என்னையும்
என் நடைவண்டியையும்
இகழாதிருக்கும்படி வேண்டுகிறேன்.

■

நாம் நெடுங்காலமாக
ஒரே வீட்டில்தான் சேர்ந்து வசிக்கிறோம்.
நிம்மதியான உறக்கம் தரும் படுக்கை
உனக்கே சித்திக்கிறது எல்லா இரவுகளிலும்.
நவீன வசதிகளின் அனைத்து விசைகளையும்
கண்டுபிடித்து இயக்குவதில்
உனக்குச் சிரமமேதுமில்லை - கண்டுபிடித்தவனுக்கே
அவை பலன் தருகின்றன.
ஒரு சுவர்போலான கதவை நீ தள்ளித் திறக்கும்போதுதான்
அங்கே குளியலறை இருப்பது எனக்குத் தெரியவருகிறது.
நீ பாத்திரங்களை நகர்த்தும்
ஓசையிலிருந்தும் - வாசனையிலிருந்தும்
எப்போதும் நல்லுணவு நிரம்பியிருக்கும் ஒரு மேசையும்
இங்கே உண்டென்பதைப் புரிந்துகொள்கிறேன்.
இவ்வீடு பற்றி திகைப்பும் குழப்பமும் நீங்காத எனக்கு
நீ விவரிக்கும் உன் சாதனைகள்
மிகவும் ஆச்சரியமளிக்கின்றன.
கணக்கிட்டுக் கணித்துத் துல்லியமாக நீ தொட்ட இடங்களில்
தம் மறைவை நீக்கிக்கொள்ளும் மாடங்களிலிருந்து
உனக்குச் சமர்ப்பிக்கப்படும் வாசனாதி திரவியங்களாலும்
ஆபரணங்களாலும் வைரங்கள் பதித்த உடுப்புகளாலும்
மணி மகுடத்தாலும் சர்வ அங்கங்களையும்
அலங்கரித்துக்கொள்கிறாய்.
காலையில் கதவைத் திறந்து வெளியே வருகையில்
ஒரு ராஜ்ஜியத்தின் அதிபதியாகக் காட்சியளிக்கிறாய்.
உன்னை வணங்க வரிசையில் வரும் கூட்டத்தின் இறுதியில்
கைவிடப்பட்ட சேரிக்குழந்தைபோல நின்றிருக்கிறேன்.
நாம் நெடுங்காலமாக
ஒரே வீட்டில்தான் சேர்ந்து வசிக்கிறோம்.

∎

இரவுகளும் என் ஆஷ்டிரேவும்

உறக்கத்துடன் உறவு இன்றிரவும் இல்லை.
இதைப்போல்தான் நேற்றிரவும்.
மின்விசிறி வேகத்தில் நடுங்கி
படுக்கை விரிப்பு சஞ்சலமாய்ப் பேசுகிறது.
நினைவுகளைச் சிதைத்து
பிழியத் துடிக்கும் இந்த
சபிக்கப்பட்ட இரவுகளொன்றில்
கைவசமில்லை ஒரு முடிவும்.
தலை தூக்கிப் பார்த்து நகர்கிறது ஒரு பல்லி.
ஆஷ்டிரேவின் வெற்றிடத்தை
கொஞ்சமே அடைக்கிறது சாம்பல்.

உத்திரத்தை உற்று நோக்கி
நடனமிடும் ஒட்டடையை
கீற்றுக்கூரையின் தென்மூலைச் சரிவில்
சிலந்தி வலையில் சிக்கி இறந்திருந்த
புதிய பூச்சியின் சல்லடைச் சிறகினை
கண்ணெடுக்காமல் கண்டிருந்து
வெறுமைத் திசை மாற்ற
படியிறங்கித் தெரு பார்க்க
சீரற்ற வரிசையில் வீடுகள் தூக்கத்தில்.
ஒன்றையொன்று மிக நெருங்கி
சுவரோரமாய்ப் பதுங்கிய
ஆடுகளும் தூக்கத்தில்.
அதிலொன்று கீச்சிட்டு துடித்தெழுந்து
பிறகு படுத்தது.
கசாப்புக் கடையின் வெட்டுக் கட்டையின் மீது
தன் வயிற்றுக் குட்டியின் துண்டித்த தலையை
கனவில் சந்தித்திருக்கும்.

துயரங்களுக்கு அப்பாற்பட்டு
என் நேசத்துக்குரியவர்கள்
மலர்த்தோட்டக் கனவுகளுடன்
சுகமாகத் தூங்க வேண்டும்.
சிலையான கருங்கடலாய் வானம்
மீன்களுதிர்த்து
நிலவைத் தொலைத்திருந்தது.
காற்றுக்கு ஏங்கி சித்திர மரங்கள்.
ஆஷ்டிரேவின் பாதியளவில்
நெருப்பு சுவைத்த சாம்பல்.

அமைதிக்குள்
ஓசைச் செதில்களெறிந்து வரும் ரயில்
அச்சத்தின் சுவை கூட்டும்
சாக்கடைத் தவளைகளின் கூச்சல்
விதிவிலக்காய் இன்றில்லை.
புதிய நாள் புலர்ந்திருக்குமா?
சந்தேகம் சிந்தியது இன்னும்
ஆஷ்டிரேயில் சாம்பல்.

எல்லோரும் எழுந்து
ஆயத்தமாகும்போது
எவரும் என் வீட்டுக் கதவைத்
தட்டாதிருக்க வேண்டும்.
ஆஷ்டிரே நிறைந்து
தரையிலும் கிடக்கின்ற
சிகரெட்டுத் துணுக்குகள் நடுவில்
அப்போதுதான் நான் அனேகமாய்
தூங்கத் தொடங்கியிருப்பேன்.

∎

சிகரெட்டுப் புகை மேலெழுந்து
ராட்சசக் கரங்களாய் ஆட
என் சைக்கிள் சக்கரங்கள்
பெரிதாகி வளர்ந்து அதன்
அசுரச் சுழற்சியில்
நிலை தவறிக் கீழே வீழ்ந்தேன்.
குப்பைத் தொட்டியின்
அசுத்தங்களனைத்தும்
பறந்து வந்து
முகம் சுற்றிச் சுழல
தொலைவிலிருந்து என்
கண்களை நோக்கி நீண்டது
ஒரு எலிவாலின் கூர்முனை.
விளக்கு மரங்கள்
வளைந்து நெளிந்து என்னை
அணைக்கத் துடிக்க - காலை
அழுந்திக் கடித்து ஏதோ
உறிஞ்சிக்கொண்டிருந்தது
என் பழஞ்செருப்பு.
என்னை
எங்கோ கொண்டுசெல்ல
ஒரு வௌவால் பின்தொடர
தடுக்கி ஒரு
பள்ளத்தில் விழுந்தேன்
சாலையோர மரம் என்னை
மூடப்பார்த்தது கிளைகளால்.
அதிகாலையில்
கூவத் தொடங்கிய சேவலைத்
தின்று செரித்த ஓநாய்
அவலமாய் ஓலமிட
விரல்களில்
பற்றியெறியும் தீச்சுடர்
என் உடல் முழுதும்
நாவால் தடவ -
நான் ஓடிக்கொண்டிருந்தேன்,
பயமற்று ஒதுங்குவதற்கு
இடமொன்று தேடி.

■

ஆயுதம்

காகிதச் சிற்றுருளையில்
கெட்டித்தவற்றுக்கு,
காரணமாய் வருபவை
தீ தந்து போகின்றன. ஓய்வற்று
நீளக்கோடு - அடர்ந்த சுழிகள்
வடிவற்ற பிசிறு இப்படிக்
கொலையுண்டு மறைகின்றன.
புகையே மௌனத்
திரை விரித்து நிற்க - புன்சிரித்து
உடைத்துக்கொண்டு
உள்ளே நுழைபவர்களே
உங்களுக்கு அய்யோ!
என் சிகரெட்டினுள்
அடைபட்டுத் தீர்ந்துவிட
விதிக்கப்பட்டிருக்கிறீர்கள்.
மரணச் சுவை பழகும்
மயான இதயம் எனக்கு.
வெறி மிஞ்சக் கிறுகிறுக்கும் தலை.
தரையெங்கும் கரி முனைகளுடன்
சடலங்கள் - இடங்கள்
செயல்கள் நூறு.
இப்போது மடிந்துகொண்டிருப்பது
கழிந்த தினத்தில் சிறை வைத்த
ஒரு ஆக்டோபஸ் வார்த்தை.
வாகாய் காலை மடித்தமர்ந்து
புகைப்பதற்கு
மூலைச்சுவர் காத்திருக்கிறது.
இது என் ஆயுதம்.
எதிர்ப்பது எதுவானாலும்
வெல்பவன் நானே!

■

மகுடங்கள் விளைந்த காலம்

முன்னொரு காலத்தில்
கதவுகள் இருந்தன.
திறந்து கிடந்த அவற்றின் பின்னே
வீடுறையும் மனிதர்களிருந்தார்கள்.
எதிர்ப்பட்ட முகங்களையெல்லாம்
சிரிப்பில் சேர்த்துக்கொள்ளும்
பேச்சிருந்தது - பாட்டிருந்தது.
அவற்றையெல்லாம்
ஏளனத்திலடித்த அதே குரல்
சுவர்களில் வரைந்த
அலங்காரக் கதவுகளின் முன்
நெடுநேரமாய்க் கதறியழைக்கிறது,
நிஜ கதவுகளிருந்த காலத்தில்
தெருவில் பறந்த
குப்பைக் காகிதத்தின் மீது பாரமாய்
கழற்றி வைத்த மகுடத்தை.

∎

நம்பகம்

நள்ளிரவில் என்னோடு படுத்துறங்க
இங்கிதம் தெரியவில்லை பூனைக்கு.
மேசை மேலிருந்தோ பரணிலிருந்தோ
திடுமெனக் குதிக்கும் என் மேல்.
பதறிப் புரண்டெழுந்து விளக்கிடுகையில்
பயப் புரளலில் சிக்கியலறி
ஓடித் தொலை நின்று வலியில் அழும்.
என் போர்வைக்குள் படுக்க
விருப்பமிருப்பினும்
வினயந்தெரியவில்லை பூனைக்கு.
வருந்தியழைத்தாலும் அதன் பிறகு
அழுகையிழுத்தோடும்
இன்னும் தூரமாய்.
விளக்கணைத்து உறங்கத் தொடங்கிய
வெகு நேரத்துக்குப் பிறகு என் மேல்
மீண்டும் தாவிக் குதித்து பதற்றத்தில்
நசுங்கி
அழுதுகொண்டே விலகும்
அழைப்பை மறுத்து.
அது குறைந்தபட்சம்
இரைபிடிக்கிற நிதானத்தில் ஒரு பகுதியையாவது
கோழிக்குஞ்சுகள் அருகே வரும்வரையில்
கண்மூடித் தியானிக்கும்
பக்குவத்தின் ஒரு பகுதியையாவது
படுக்கும் விஷயத்திலும் பிரயோகிப்பது
இருவரும் சேர்ந்துறங்க சுமுக வழி.
என்னிடம் மட்டும்
ஜாக்கிரதை தேவையில்லையென
நம்புகிறதுபோலும் பூனை.
கையசைத்து தலையசைத்து
எச்சரிக்கையாகப் பரீட்சித்த பின்பே
என் சொந்த நிழலை
பயமற்றுணர்கிறேன் நான்.

∎

கமண்டலம்

புற்றடியில் கிடக்கிறதென் பொற்கமண்டலம்
கபடான நாகமொன்று காவல்போலும்.
பெயர் சொல்லாமல் தொலைபேசியில்
நலம் விசாரித்த குரல் இறுதியில்
யாரென்று புரிகிறதாவென்றவுடன்
வெட்கத்தின் வெட்டுமுனை வகிர்ந்த என் கைகள்
கமண்டலம் தேடும்.
கவனம் விழாப் பெருங்குழியில் அதை
கடத்தி வைத்தது நாகம்.
கடைத்தெருவில் கண்டவன்
வாகனம் விட்டிறங்கி வந்தனத்தோடு வருகிறான்.
மிகப் பதைத்து நான்
புற்றிலிறங்கும் துரிதமுணர்ந்து
பதுங்கிப் பாதாளத்திலிருந்து பித்தாக்குகிறது நாகம்.
ஆர்ப்பரிக்கும் அன்புடன் கை பிடித்து
வழியிடை நிறுத்துபவர்கள்
இணையான பாவங் காணாமல்
திகைத்துத் திரும்புகிறார்கள்.
அவர்களிடத்தில் சொல்ல முடியவில்லை
சற்றும் நியாயமற்று கமண்டலம் கவர்ந்து போய்
இழப்பிற்காளாக்குகிற பாம்பைப் பற்றி.
புன்னகைத்தபடியோ - அழைத்தபடியோ
நெருங்கி வருபவர்களுக்காக
அச்சத்தில் வலிப்பு கண்டு புற்றடியில் புரள்கிறேன்
இரக்கமற்ற பாம்பு இடம் மாறிப் போகிறது.
குறித்திருந்த முகவரிகள் மசிநிறக் கோட்டைகளாக
எலிக்குஞ்சுக் கால்களால் முழு வியாபகமறிய
மதங்கொண்டு சுற்றுகிறேன் - 'அது'
கமண்டலத்தை மறைக்கிறது இருட் பந்தாய்.
கமண்டலத்திலிருந்த
அடையாளங்களில் - சொற்களில்
பழைய நினைவுகளில்
பாம்பின் விஷம் தொற்றாது இன்னமும்
தெளிந்திருக்குமாவென்று சந்தேகம்.

■

ஒளிக்கூச்சம்

அவை டி.வி. ஆண்டெனாவின் மேலமர்ந்து சரியாக
படம் தெரியவிடாமல் செய்கின்றன
என்ற புகாரைக் கொண்டு வந்தவன்
கோயிலுக்கு நேர்த்திக்கடன் உள்ளதென்று
இரண்டை வாங்கிப் போனான்.
அவை
உலர்த்தும் கொடிகளில் உட்கார்ந்து கழிந்து
உடைகளைக் கறையாக்குகின்றன
என்ற குற்றம் கொண்டுவந்தவன்
விருந்துபசரிக்கச் சிலதை
வேண்டிக் கொண்டுசென்றான்.
மொட்டை மாடியில் பரத்திய
தான்யம் கொத்துகின்றனவென்று ஒன்றை
உண்டிவில்லடித்து வீழ்த்தியவன்
கண்ணெதிரே களவாடினான் - அவை
திடீரென்று தோள் பற்றியமர்ந்து
பிள்ளைகளைப் பயமுறுத்துகின்றன
என்ற பழிக்குப் பரிகாரமாய்
மீந்த சிலதைப் பிடித்துக் கொடுத்தாயிற்று.
வெற்று மரக்கூண்டை
உடைத்துச் செய்த மேசையில் வைத்து
இதை எழுதுகையில் - உன்
வெளிச்சத்தில் நாங்கள்
உறங்க முடியவில்லை, விளக்கை நிறுத்து
என்று உத்தரவிடுகிறது ஒரு குரல்.

■

தனித்துவம்

அடிபட்டு குடல் வழிந்து
தெருவோரம் கிடக்கும்
நாய்ச் சடலம் - யாரும்
பார்க்காதபடி ஒரு நிமிடம்
மண் படிந்த கண்ணுக்குள் நுழைந்து
ஸ்பரிசித்து
கிழிந்த வயிறு வழியே
ஜனிக்கிறேன்.
ஒரு ஜெபமாலை மட்டும் கிடக்கும் என்
மேசைப் பூச்சாடியின்
வெறுமைக்குத் தேவையான குடல்.

∎

பலூன்

வேண்டுமென்றே என் பலூனை
வெடிக்கச் செய்கிறேன்.
வெடித்துப்போனதேயென்று
அழவும் செய்கிறேன்.
நிறத்திலொன்றாய் சேகரித்து
பெருமிதத்தில் நீங்கள்
என் வசந்திரும்பும்போது - நான்
மீண்டும் ஒரு பலூனை
உடைத்த ஓசையிலெழும்
அச்சத்திலும் கோபத்திலும்
துயரத்திலும் தனிமையிலும்
மகிழ்விலுமிருப்பேன்.
வெறுமனே பற்றிக்கொண்டிராமல்
இழப்பின் வலியில்
சிதைவின் சுவையறியும் திருப்தி.
மன்னிக்க வேண்டும்,
இந்த பலூன் நல்லது
இது கெட்டதென்ற உங்களின்
பரிவான சிபாரிசு
என் தேர்ந்தெடுப்புகளில் உதவாது.
நிஜத்தில் நான் செய்வது
பலூனை
கெட்டுப்போக்குவதல்ல நண்பர்களே!

∎

உங்களில் எவர்

உன் பெயர் ஏன் வேறொருவருடையதாய்
இருக்கக் கூடாது?
வீடு தேடி வந்து உனக்கு
வேலை கிடைத்ததற்காக வாழ்த்துச் சொல்கிறபோது
கல்லூரித் தேர்வெழுதி முடிவுக்குக் காத்திருப்பதை
நீ சொல்லியிருக்க வேண்டியதில்லை.
புதிதாகக் குடிபெயர்ந்த வாடகை வீட்டின்
வசதிகளைக் கேட்கிறேன் - பிறந்ததே
சொந்த வீட்டிலென்று உன் பூர்வீகச் சொத்தை
காட்டியிருக்க வேண்டியதில்லை.
உனக்குக் கொடுத்திருந்த வாக்கை
நிறைவேற்ற முடியாமல் மன்னிப்பு வேண்டுகிறேன்
என்னிடம் எதுவும் கேட்கும் நிலையில்
என்றும் இருந்ததில்லையென
வீறாப்புக் கொள்கிறாய்.
உன் குழந்தைக்குச் சூட்டிய பெயரின் அழகை
நான் வியந்து பேசுகையில்
இன்னும் திருமணமே ஆகவில்லையென
நீ மறுக்க வேண்டியதில்லை.
யாரோ எனக்குச் சில
செய்திகளைச் சொன்னார்கள்.
எப்போதோ எனக்குக் கடிதங்கள் வந்தன.
யாருக்கோ நான் மிகவும்
கடமைப்பட்டிருக்கிறேன்.
யாரோ எனக்குச் சில புத்தகங்களை
திரும்பத் தர வேண்டியுள்ளது.
எந்த நண்பனின் தந்தையோ இறந்துபோனதற்கு
நான் இப்போது துக்கம் விசாரிக்க வேண்டும்.
அடையாளம் சொல்லி உதவுங்கள் தயவுசெய்து,
அவர் யாருக்குத் தகப்பனாயிருந்தார்?

■

கசங்கல் பிரதி

சற்று முன்பு
இந்த இடத்தில் நின்றுகொண்டிருந்தவன்
இப்போதெங்கே?
வலியின் மறுப்பின்றி நகங்களைக் கிழித்து
அதன் உட்புறங்களைக் காட்ட முடிந்ததே அவனால்!
குருட்டுப் பிச்சைக்காரனின் பாடல்
பிடித்துக்கொண்டு போனதா,
விற்பனைப் பிரதிநிதியின் சரக்குப்பெட்டி கனத்தை
தலையிலெடுத்துக்கொண்டு உடன் சென்றானா,
வெயில் வயல் நடுமரத்தில்
ஊஞ்சல் கட்டியாடும் ஆடு மேய்ப்புப் பெண்களிடம்
தயவுடன் கேட்பானோ தனக்கும் ஒரு வாய்ப்பு?
எப்போதும்
இடமறிந்து அமைந்துவிடுகிற
வரைகோடாய் இருப்பதில்லை அவன் வருகை.
அவனை நிற்க வைத்துப்போய் பெற்று வந்த
கொலை நிபந்தனைக் கடனின்
சொற்ப சிலாக்கியத்தைச் சேர்ப்பிப்பதெப்படி?
மெல்லிய உதடசைவுகளில்
தயக்கத்துடன் சொன்னான்.
ஒன்றும் புரியாமல் அதை ஆமோதித்தேன்.

உரத்த குரலில் திரும்பச் சொல்லும்போது
புரிந்ததினாலேயே புறக்கணிக்கிறேன்.
குறிப்பெழுதப் பயன்படுத்தி
கிழித்தெறியப்படுகின்ற
துண்டுச் சீட்டுகளிலொருவன்
கொஞ்சம் கசங்கியிருந்தால் என்ன
எனும் சமாதானம்.
மனிதன் என்பதை
மீற முடியவில்லை என்றழுதான்.
அவன் பேச்சைக் கோர்த்த மாலையிட்ட பிறகு
அப்போதைக்குத் தெரிந்தது
முற்றியதாக என் மூளிச் சிற்பம்.
வர வேண்டாம் என்று நினைத்திருப்பான்
வழக்கொழிந்தது வெளிப்பட்டு வென்றிருக்கும்.
காத்திருக்க வேண்டுமென்றுதான் நினைத்திருப்பான்
அவன் உடுப்புக் கேவலம்
உறுத்தியிருக்கும் யாருக்காவது.
எப்போதும் எவ்விடத்தும்
தங்கலேற்காத பாதங்களை
உள்ளறையில் ஓவியமாய் உண்டாக்கி வைப்பேன்
அதுவொன்றே
இயற்கைக் காட்சிகளின்
இணை நகல்.

■

இரவுகளின் நிழற்படம்

இரவுகளெழுப்பும் ஊழிக்காற்றில்
நெகிழும் சுடருக்குள்
நிலைத்த கருவிழி.
நடுங்கும் நிழல்களின் ஸ்பரிசத்தில்
அறைச்சுவர்கள்
கண் மறைந்த ஆனந்தத்தின்
ஒரு பகுதியை
பற்றிக்கொள்ள விரும்புகின்றன.
அடுத்த இரவுவரை
பகல் வெளிச்சத்தில் பதுங்கும்
நிகழும் உக்கிர ஜுவாலையை
உடனடியாகச் சன்னல் துணி
சத்தமிட்டுக் கலைக்கட்டும்.
நாணேற்றிய அம்பு முனைகள்
மிளிரும் வெறியுடன்
இலக்கைத் துழாவுகின்றன.
யுத்த சாதுர்யம் வற்றிப்போக
தனியறையில்
சாய்ந்த உடல் புரளும்
வியூகங்கள் தகர்த்த - பழைய
விஸ்வரூபத்தின் நினைவுகளில்.
யாருக்கும் புலப்படாத
பாதாளத்தின் ஆழத்தில்
இன்னமும் தெய்வம்
பறவையின் காலில் கட்டி அனுப்புவதற்காக
சமாதானம் தயாரித்துக்கொண்டுதான்
இருக்க வேண்டும்.
விளக்கை நோக்கி நகர்ந்த
சிற்றெறும்பின் தலையை
விரல் நகம் துண்டாக்கியதோடு
அம்பின் முனையொன்று
இலக்கை வென்றது.

■

இயல்

ஓவியன் என்று என்னை
நம்பி வருகின்றவர்கள்
வரைந்து தரச்சொல்லி
புகைப்படங்களை ஒப்படைக்கிறார்கள்.
இறந்தவர்களின்
மதிப்பான புகைப்படங்கள் தொலையாமலிருக்க
என் சட்டைப் பையோடு பத்திரப்படுத்துகிறேன்.
டிக்கெட்டுக்குச் சில்லறையெடுத்தால்
சிக்கி வரும் ஒரு பிரேத முகம்.
தொலைபேசி எண் குறிக்க
தேடியெடுத்த துண்டுச்சீட்டு
என் அதிர்ச்சிக்குச் சிரிக்கிறது
மூப்புத் தேய்த்த பற்களால்.
என் முகவரியாக வந்த
குழந்தைப் படமொன்றை - ஒன்றும் புரியாமல்
திருப்பிக் கொடுக்கிறான் புதிய நண்பன்.
என் அடையாள அட்டையை
வணங்கிப் பெற்ற வாயிற் காவலன்
பின்தொடர்ந்து வருகிறான் - அவன் கையிலும்
நான் கொடுத்த படம் இருக்கிறது.
போராட்டக்காரர்கள் குலுக்கும் உண்டியலுக்குள்
என் பணத்தைத் திணிக்க முயல்கையில்
அவர்கள் பிடுங்கியெறிகிறார்கள்
தரையில் விழுகிறது - ஒரு
சிறுவனின் புகைப்படம்.
வரையாமல் கெடுதாண்டி
வெகுநாளான பின்பும்
புகைப்படங்களை அழைத்துச் செல்ல
வரவில்லை ஆட்கள்.
செப்பிடு வித்தைக்காரன்
பொருளெடுத்துப் பரப்புவதுபோல
புகைப்படங்களை
விரித்து வைத்துக் காத்திருக்கிறேன்.
உரியதை எடுத்துக்கொள்ள
கொடுத்தவர்கள் வரவேண்டும்.
சட்டைப் பைக்குள் நுழைக்காமல்
கட்ட முடியவில்லை கையை.

■

ஊற்றடைத்தல்

நள்ளிரவில் விளக்கணைய
ஆடுகளமாகும் என் படுக்கை.
ஜதை ஜதையாய்க் காலடிகள்
போதைச் சித்தத்தில் நடக்கும் ஒலி.
நடையின் லயம் கலையும்
பொருந்தாச் சேர்க்கையில்
மோதும் எதிர் நின்று.
மோதிப் பிரிந்த இடைவெளி
தெளிவதற்கு - பின்னும்
முடிவுக்குப்போல வரும் வாக்கியத்திலிருந்து
கலைந்து பிறக்கும் காலடிகள்.
பாதங்களின் வன்மை இறங்கும்
மிருதுவில் - முட்கரடுகளில்
அடித்தோல் கிழியும்
ரத்தம் பரஸ்பரம்.
பக்கங்கள் சுருண்ட அலை உடைந்து
எழுத்துகள் பதுங்குமொரு
துப்பாக்கிக் குழலில்.
விடிகிறது - நாளையிரவு
விசையழுத்தி
ஓசைகளைக் கொட்ட வரும்
விரல் முடங்க - அறைக்குள்
நுழையாதிருக்க வேண்டும் புத்தகங்கள்.

■

நடுவில் சில கேள்விகள்

புத்தக வாக்கியங்களிடையில்
பட்டென்று வந்தமரும் கரப்பான்பூச்சி
பேரோசையுடன் பாலத்தில்
ஓடத் தொடங்கும் ரயில்
வெளிச்சமணைந்து மின்விசிறி
கீச்சிடலற்ற நொடி
பொருட்களையெல்லாம் வெளியேற்றிய பின் - குடியிருந்த
வீட்டின் துப்புரவு
கொடி அறுந்து மண் பிடித்த
ஈர உடைகள்
நெடுஞ்சாலை வாகனங்களுக்கிடையில்
ஒன்று
சக்கரங்கள் தேய நிற்கும் ஒலி
கடைத்தெருக் கும்பலுக்குள்
தென்பட்டு மறைந்துபோன
பழைய அறிமுகம்
எல்லாவற்றின் பின்னுள்ள
திகைப்புக் கணங்களில்
ஏளனக் குரலொன்று
கேள்வியிடுகிறது என்வென்பதாய்.
நானும்
பதிலுக்கு இதுவரை
என்னவென்பதாய் இருந்திருக்கிறேன்.
முதுகொடிந்து பொறுக்கிய
சொற்ப விதைகளையும்
உடைத்துச் சோதிக்க
உத்தரவிடும் அது.
மதுக் கோப்பைகள் இன்னும்
சத்தமாக உரசிக்கொள்ளட்டும்.
எந்நேரமும் அலாரம் ஒலிக்கும்படி
ஒரு கடிகாரம் தயாராகட்டும்.
பாட்டென்றில்லை - உரத்த குரலில்
கத்தவும் செய்யலாம்.
இதனிடை திடம் பிளந்து
பாழ் நிறுவும் வினா வரின் - பதிலுக்கு
கொஞ்சம் அவகாசம் வேண்டும்
இறுதியும் நிகழ்வதுவரை.

■

நிழல்

விழி மிரளும் வெளிச்சம்
செவியதிரும் பறையொலி
கண்ணாடி மரப் பொந்திலிருந்து
புகையோடெழும் புறாக்கள்
தோளமர்ந்து வீழும்
முகமெதிரே
பலியாட்டுப் புன்னகை
தடங்காட்டிப் போகும்.
முளைத்தாடும் கரங்களில்
கிடைத்தவை நழுவ
மெல்லத் தோல் கழன்று
தசையுருகி - மூதாதைகளின்
கூன் எலும்புக் குவியலருகே
மிச்சமுள்ள தாகம் கோரும்
மேலும்
ஒரு மிடறு தண்ணீருக்கு
பிறப்பிலிருந்து நடத்தி வந்த
பலியாட்டுப் புன்னகை
பதிலெதுவும் சொல்லாமல்
இருட்டுக்குள் தொலைந்தது.
∎

உணவு மேசை

அறிவீரா
மேசைக்குக் கீழே முளைத்துள்ள பற்கள்
நான்கில் ஒன்று ஊனம்.
உள்ளத்திலிருந்து பரஸ்பரம்
உண்ணக் கொடுப்பதை
கத்தியாயிருந்து கண்கள்
துண்டித்துத் தர - சிறு
கரண்டியான காதுகள் அள்ளுகின்றன.
நற்சிலந்தி நெய்த
ஒற்றை இழை எச்சரிக்கை
பழக்கப் பரிணாமச்
சுடுமூச்சிலறுந்தது - மேசையை
அடுத்ததாய்ச் சாய்த்தது
அசந்தர்ப்பக் கையழுத்தம்.
குழம்பிக் கசந்து சுவைகள்
கறையாய்க் கவிழ்ந்தன உடலில்
பதிந்தது பல் ஊனம்.
உணவின் தரம் தீர்மானிக்கும் - கறை
கழுவும் கால அளவை.
குளியலறைக்கும் உணவு மேசைக்கும்
நடுவே இப்போது
கனத்த வலை கட்டிக்
கிடக்கும் சிலந்தி.
உடைத்துப் போகும் பற்று
உட்திருப்பும் பயம்.

■

குற்ற மூலம்

எதிர்ப்பட்ட நண்பனுடன்
பேச்செடுக்காமல் வந்திருந்தால்
போகிற பஸ்ஸில் பயணமாகியிருக்கலாம்.
தாகமெடுத்ததற்காகப் பாதையில்
தண்ணீர் தேடாமலிருந்தால்
அரங்கின் முதல் வரிசையில்
அமர இடம் கிடைத்திருக்கும்.
நின்று வேடிக்கை பார்த்ததை
விலக்கியிருந்தால்
விற்றுப்போவதற்கு முன் வாங்கியிருக்கலாம்.
விடைபெறும் வார்த்தைகளையும்
தவிர்த்த விவேகத்தால் வெட்ட
கருவில் தங்கிப் பத்து மாதம்
தாமதித்ததன் தொடர்ச்சி அறும்
வேகம் வரும் வேண்டுவன
வலையில் விழும்.

∎

வெளியில் கிடந்த இதயத்தின் கதை

அது பரிதாபமாயிருந்தது.
வெளியே எடுத்து வைத்த தன் இதயத்தையே
சோர்ந்த கண்களால் பார்த்துக்கொண்டிருந்தது.

இப்படி ஒரு வெளிப்படைத் தன்மையை இதற்கு முன்
எங்குமே நீ அறிந்ததில்லை அல்லவா,
எனவே அந்த இதயம் வசீகரிக்கிறது
தன் வசமாக உன்னை இழுக்கிறது.
எவ்வளவு அனாயாசமாக எவ்வளவு எளிமையாக
ஒரு இதயம் வெளியில் கிடக்கிறது!
எப்படித்தான் அதற்கு நிர்வாணப்படச் சாத்தியமாயிற்று!
அந்த இதயம்
காப்பாற்றிக்கொள்ள ஒன்றுமில்லாதிருக்கிறதுபோலும்.
எதுவுமே அதற்குத் துச்சம்தான்போலும்.
எப்போது வேண்டுமானாலும் எதனாலும் நசுக்குண்டு
பிய்ந்துவிடத் தயாராயிருக்கிறதோ?
நிராதரவான ஒரு உயிரின் நலிந்த காட்சி.
நீ பதறுவது நியாயம்தான்
அந்த இதயத்தின் மீது முள்ளம்பன்றிகள் உராய்கின்றனவே...
காற்றடித்து மண்ணும் குப்பையும் மூடுகின்றனவே...
பனிக்கட்டி மழையையும் கடுங்கானலையும்
தாங்கவியலாது தவிக்கும் இதயம்
மிகப் பலவீனமாய்க் கிடக்கிறது
தூய்மையாகத் தெரிகிறது - எதுவும்
செய்ய இயலாததாயிருக்கிறது.
மிக நெருங்கிய நீ அந்த இதயத்தைச் சுற்றிச்சுற்றி வருகிறாய்.
வருடிக்கொடுக்கிறாய் - வருடல் அழுந்தத் தடவுதலாகிறது
தடவுதல் ஆவேசத் தழுவலாகிறது.
அதன் ஏதோ ஒரு துவாரத்தில்

உன் குறியைச் செலுத்திப் புணர்ந்த பிறகு
நீ அந்த இதயத்தை உண்ணவும் மிகவும் விரும்புகிறாய்.
நீ அதுவாக வேண்டும் என்பதுதான் லட்சியமாகிறது உனக்கு.
அல்லது நீ அந்த இதயத்தால் ஆக்கப்படவும்
நினைத்திருக்கலாம்.
சிறுசிறு துணுக்குகளாக உண்ணப்பட்ட இதயம்
உன் வயிற்றுக்குள் முழு உருக்கொள்கிறது.
களைப்பில் நீ சற்றுக் கண்ணயர்கிறாய்.
உனக்கொரு திடம் - நிறைவு - இறுதியாக அடைந்துவிட்ட
திருப்தி.
இமைகளைத் திறந்ததும் இருட்டாயிருப்பது குறித்து
அச்சம்   தோன்றலாம்...

இப்போது நிகழ்வது என்னவெனில்
தூரத்தேயிருந்து எவ்வுணர்ச்சியுமற்றுப்
பார்த்துக்கொண்டிருந்தது,
அருகே வந்திருக்கிறது.
உன்னைத் தன் வயிற்றுக்குள் வரவேற்க
உன் முழுத் தலையையும் மெல்லெனக்
கவ்விக்கொண்டிருக்கிறது.
அதன் நீள்நாவு மென்மையாகச் சுருட்டி உன்னை
உள்வாங்குகிறது.
நீ சிதைந்துபோனாய் - கரைந்துபோனாய்
நீ தின்ற இதயத்தைத் தவிர
உடனடியாகச் சீரணிக்கப்பட்டும்விட்டாய்.
தன் நெஞ்சுக்கூட்டுக்குள் சொந்த இதயத்தை வைத்து
பரிதாபமாக நடந்துகொண்டிருக்கிறது அது.
எங்காவது நின்று தன் சித்தியினால்
இதயத்தை எடுத்து வெளியே வைத்து
துயரத்துடன் அது காத்திருக்கும்.

∎

மிகக் கசந்த மதுவை நான்
பலவந்தமாய்க் குடித்து
நிறைத்துக்கொண்ட போதையை அபகரிக்க
நான் திரும்பும் வழியோரம் பதுங்கியிருக்கிறேன்.
ஒரு தொழுநோய் பிச்சைக்காரனாக
உணவுவிடுதிக்கு எதிரே
கையேந்திக் காத்திருக்கும் எனக்கு
உண்டு முடித்து வெளிவரும் நான்
முகத்தைத் திருப்பிக்கொள்கிறேன்.
கனவுகளில் துரத்தும் என்னை
விலக்கிவிடவே உறங்கத் தயங்குகிறேன்.
புறப்பாட்டுக்கான ஆயத்தம்
இப்போதுதான் முடிந்த நான்
பயணம் முடிந்து திரும்பும் என்னை
தூரத்திலிருந்தே தவிர்க்கிறேன்.
என் கவனத்தைக் கவர நான் செய்யும்
வெறுப்பான எந்த சைகையையும்
நான் பொருட்படுத்தாமல் போகிறேன்.
எனக்குப் பயந்து ஆள்கூட்டத்தில்
மறைந்து மறைந்து நின்றாலும்
மீண்டும் மீண்டும் என்னை நெருங்க
குரோதமாய்ச் சுற்றி வருகிறேன்.
வீட்டுக்குள் நுழைந்து ஆசுவாசமாக
ஒரு குவளை நீர் பருகும்போதுதான் சந்தித்தேன்
தன் சுவரிலோடும் பல்லியை
அறை துரத்துவதுபோல
தன் நெற்றியில் வழியும்
வியர்வைத் துளியொன்றைப்
பின்தொடரும் உடலைப்போல
வாசலில் நின்று நோட்டமிட்டு
வன்மத்துடன் முறைக்கும் என்னை.

∎

என் கழுத்துச் சங்கிலியை
நீ சொடுக்கி இழுக்கும் விசைக்கேற்ப
உன்னைப் பின்தொடர்ந்த காலம் முடிந்தது.
நீ தூக்கிப்போடும் ரொட்டியைத் தாவிக் கவ்வுவதிலும்
ஆர்வமிருக்காது இனி.
சாகசமாய்ப் பின்னங்கால்களால் நடந்து
உன் பாராட்டுப் பெற முயல மாட்டேன்.
நிலத்தோடு முகம் சேர்த்து உனக்கு நன்றியறிவிப்பது
இனி எப்போதுமே சாத்தியமாகாது.
உனக்குத்தான் தெரியுமே
நீ உயர்த்திப் பிடித்த வளையத்துக்குள் எவ்வளவு முறை
தாவிப் புகுந்து காற்றைப்போல தரையிறங்கி நின்றிருப்பேன்.
அதுபோல மீண்டும் செய்யும்படி நீ ஆணையிட்டால்
இனி அது செல்லுபடியாகாது.
கண்டதும் வாலை ஆட்டவில்லையென்று வெறுத்தாலும்
விட்டெறிந்த பந்தை எடுத்து வரவில்லையென்று
கோபித்தாலும்
அது வீண்தான்.
சொல்லிக்கொடுத்த வித்தைகளையெல்லாம்
உடனடியாக மறக்கடித்துக்கொண்டேன்.
நான் பொய்சொல்லவில்லை, பயப்படவும் இல்லை.
உணவோ உறவோ
உறங்குவதற்கோர் இடமோகூடத் தேவையில்லை இனி.
எனக்குக் குரைக்கவும் மனதற்றுப் போய்விட்டது.

உன் கட்டளைகள், வேண்டுகோள்கள், அறிவுரைகள்,
எதிர்பார்ப்புகள், அச்சுறுத்தல்கள், பணிந்து கெஞ்சுதல்களை
மௌனமாக மறுத்து
உன் வாசலில் தலைகுனிந்து அமர்ந்திருக்கிறேன்.
இதுவரை நீ எனக்குச் சூட்டிய பெயர்களை
ஏதோ பதற்றத்தில் முற்றும் மறந்து
'நாய்' என்று என்னைக் குறித்த சொல்லொன்றிலிருந்து
பிறந்தது நான் பெற்ற இந்த ஞானம்.
இப்போது நீ என்ன செய்யப்போகிறாய்?
உன் துப்பாக்கியை எடுத்துவர ஓடப்போகிறாயா?
வெறிபிடித்திருக்கிறது என்று அறிவித்து
எனக்கு விலங்கிடச் செய்வாயா?
அற்பப் பிராணி அடிபணியாது அவமதிப்பதா
என்று கொதித்து என்
தாடையில் விடும் உதையிலேயே கொன்றுவிடுவாயா?
அல்லது
என் வழியே என்னைப் போகவிட்டுவிடுவாயா?
எதுவானாலும் மிக சீக்கிரம்
அடுத்த கணமே நிகழ்ந்தால் நல்லது.

∎

துக்கத் தென்னையின் இளநீர்

அரக்கப்பரக்கப் பேய்நடைபோட்டு
ஆங்கொரு நினைவு
நிகழ்வொன்றைத் துரத்துகிறது இரவெல்லாம்.
கூடிக்கூடிக் கலந்ததில்
வித்தாகத் துளிர்த்தது
அதிகாலையின் முதல்துளிக் கண்ணீர்!
சடசடவென்று துக்கம் துக்கமாய் நிகழ்வு
மாறிற்றொரு பெருந்தென்னையாக!
பிடிதவறிப் பிடிதவறி
வீழ்ந்தாலும் அத்தனைமுறையும்
முயலும் நினைவு.
ஒருமுறை லாவகம் கைவரப்பெற்று
களித்தது சிரித்தது!
மரமேறிக் காய் பறித்து இளநீரை
இழுத்துவைத்து
வலிக்க வலிக்கப் புகட்டுகிறது!
ஒவ்வொரு அடிவைப்பிலும் ஒரு மிடறு...
வழிகள் சிக்கிக்கொள்கின்றன!
ஒவ்வொரு இமைத்தலின்போதும் ஒன்று...
ஒலிகளெல்லாம் ஒருமிக்கின்றன!
ஒவ்வொரு மூச்சுவிடும்போதும் ஒன்று...
நிறங்கள் மங்கிவெளிறி அழிகின்றன!

நீள நீள நீள இரவும்
அதன் முடிவாக அதிகாலையில்
முதல் சொட்டுக் கண்ணீரும்!

ஆயினும்
இறுத்து இறுத்து வலிதரினும்
எனக்குத் தெரியும் கைப்பல்ல இது,
கடல்போன்ற காவியம்!

∎

புன்னகை வரும் வழியிலுள்ள தடைகள்

ஒரு புன்னகை வெளிப்பட்டுப் பிரகாசிக்க எண்ணி
நெடுந்தொலைவிலிருந்து புறப்பட்டது.
வழியிடை மலைச்சரிவிலிருந்து
ஒரு பாறை உருண்டு விழுந்து
அதன் ஒரு கால் முறிந்தது
அது இப்போது முடம்.
தட்டுத்தடுமாறி நடந்து
முட்களடர் பள்ளத்தில் விழுந்தபோது
அதன் பார்வையும் போனது
அது இப்போது அரைக்குருடு.
வன வழியில் விலங்குகள் குதறின
அது இப்போது குற்றுயிர்.
ஆயினும் அது மறக்கவில்லை.
எப்படியோ இலக்கடைந்து
வெளிப்படத்தான் செய்தது,
சுட்டுக் கொதிக்கும் ஒரு துளிக் கண்ணீராக.

■

புத்துயிர்க்கக் கிடைத்த வாய்ப்பொன்றில்
ஆர்த்த மகிழ்வுடன் ஆகப் பதற்றமாய் பழைய
உடுப்பின் இறுக்கத்திலிருந்து
என் கரங்களைப் பிய்த்தெடுத்தேன்.
பிசிறாய்க் கொஞ்சம் மாமிசம்
தங்கிவிட்டது உடைக்குள்ளேயே.
கால்களைப் பற்றி இழுக்கும்போது
நெரிபட்டு வந்தன எலும்புகள் - கற்றை நரம்புகள்
துணி இழைகளுக்குள் சிக்கிக்கொண்டன.
பட்டென்று பிரிந்தது தையல்.
பித்தான்கள் தெறித்துத் தூர விழுந்தன.
துணியே ரத்தக் களரியாய் மாறியது.
காலகாலமாய்ப் படிந்துபோன ஆடையினின்று
தோற்றுத் தோற்றுக் கடிது முயன்று
கொஞ்சம் உறுப்புகளைப் பெயர்த்தெடுத்தேன்.
இதயத்தை நெம்பி இறக்கி வைத்து
தலையைத் துணித்து மீட்பதற்குப்
போதாத சக்திகொண்டு போராடுகையில்
நழுவும் மேகம்போல அகன்றது அரிய வாய்ப்பு.
கதவு
எப்போதும்போல் தட்டப்படுகிறது.
தீராக் களைப்புடன் திறப்பதற்கு எழுந்தேன்.
கைவசமிருந்ததும் கந்தலாயிற்று.

∎

கோடரியால் அவன் கால்களைத்
துண்டித்துவிட்டார்கள்.
உளிகொண்டு அவன் கரங்களை
செதுக்கித் துணித்துவிட்டார்கள்.
அவன் கண்களுமே தீக்கங்குகள்கொண்டு
பொசுக்கப்பட்டுவிட்டன.
கூர்த்த நகங்களால் அவன் சருமம்
சிதைக்கப்பட்டுவிட்டது.
அவன் குதத்திலும் குறியிலும் செருகப்பட்டன
சூட்டுக் கம்பிகள்.
புகட்டப்பட்ட விஷத்தினால்
செயலிழந்த அவன் மூளையை
துப்பாக்கித் தோட்டாக்களால் சிதறடித்தார்கள்.
அவனைத் திராவகத்தில் மூழ்கடித்தபின்
அழுகிய முட்டைகளையும் கற்களையும் எறிந்தார்கள்.
மண்ணிலே அவனது தசைப் பிசிறுகள்...
துடித்துப் புரண்ட பாதையெல்லாம் ரத்தம்...
வானிலே கலையாது இன்னும் நிற்கும்
அவனது மன்றாடல், கதறல், ஓலம், உயிர் யாசகம்.
பிறகும் முறையே அவனைத்
தூக்கிலேற்றினார்கள், சிலுவையிலறைந்தார்கள்.
கில்லெட்டினுள் தள்ளித் துண்டுதுண்டாக்கினார்கள்.
அவரவர்களும் ஒரு புதைகுழியை
அவனுக்காக வெட்டினார்கள்.
அவன் இதயமோ...
உலகத்தீரே உலகத்தீரே,
அவன் இதயமோ...
பல்லாயிரம் பறவையாகிக் காடுகளுக்கும்
வயல்களுக்கும் பறந்தது.
வலசை போகும் போக்கில்
பல தேசங்களைக் கடந்தது.
வானுயரும் பறவைகளை ஏங்கிப் பார்க்கும் அவர்கள்
உதிரும் இறகுகளை விலாவில் பொருத்தி ரகசியமாய்
பறக்க முயன்று விழுகிறார்கள்.
அவன் உதிரம் தோய்ந்த மண்ணை முகத்தில் பூசி
அவனழகு வாராதோவென்று
கண்ணாடி பார்க்கின்றனர்.

■

இறுதி

பிறகு துளை வழியே
திரவமாய் ஒழுகியது குடல்.
அடுத்து அதே வழியில்
இதயங் குழைந்து
சொட்டாய் வடிந்து தீர்ந்தது.
எலும்புகள் கரைந்த
வெண்ணீர்ப் பெருக்கு.
கால்கள் கைகள் உடல் தலையென
உறுப்புகள்
உட்குழிந்து நெகிழ்ந்து இறங்க
எல்லாவற்றையும் வெளியேற்றிய
துளை
தீக்குச்சி முனைபோல
பட்டென்று எரிந்து முடிந்தது.
ஒரு தடவை அதிரச் சிரித்து மறுபடியும்
தன் கதவுகளைத் திறந்து வைத்துக்
காத்திருக்கிறது கழிப்பறை!

∎

எரி

கற்பனைச் சுய முயக்கில்
செத்து விழுகிறது வித்திலுள்ள
செயல் சந்ததி - சொந்த
வால் பிணைத்துக்கொண்டிருக்கும்
சுரணையற்ற கால்கள் நெடுநேரம்
நிற்றலே வெற்றியென
போட்டி ஓட்டப் பொருள் திரிக்கின்றன.
மூத்திரத்தின் வெம்மையடித்து
பொற்பறவையிட்ட முட்டையொன்று கருவழிந்தது.
பச்சை இளந்தசை ருசியானதென்று மீட்பர்கள்
குளியலறையில் பாடுகிறார்கள்.
இருளைச் சேகரித்த ரசீதுகளின் குவியலடியில்
வெட்கித் தகனமான சுபிட்சத்தின் சங்கேதம்.
கள்ளத்தர எச்சில் மறைக்க
பண்டிதம் தும்மலடக்கும்.
பேதமைகளின் செருப்புத் துடைக்க
துண்டு துண்டாய்த் தன் கந்தலுடையைக்
கிழித்து விற்கும் கலை மிடுக்கு.
விளையா வெளித் திண்மையை
குஞ்சுப் பறவையின் சிற்றலகு கொண்டு
கிளறியொழிகிறான் கனவுதாரி.
தொலை ரயிலுக்கு
கூவி விடைகொடுத்துக் கையசைக்கும் வழமையைக்
கூலிக்குத் துறந்தனர் பிள்ளைகள்.
எனவே
வண்டியில் பூட்டிய மாடுகளாயிருந்து
விடைத்த நாசியால் வைக்கோல் பாரத்தை
முகர்ந்து போகிறோம் நாம்.
சவக் கிடங்கினுள் மணச் சடங்கு
தொடர்ந்தபடியிருக்க
இரண்டு சிகரெட்டுகளிருந்தால்
எந்தக் கவலையுமின்றி
ஒன்றைப் புகைக்கலாம்.

■

சரண்

பழைய சவால்கள் எதிர்ப்படும்போது
மாற்றுப் பாதை தேடவேண்டியிருக்கிறது.
நினைவிலிருந்து வெளியேறிய
வாக்குறுதிகள் என்றாவது
கை தட்டி அழைக்கும்போது - செவிடெனத்
திரும்பாமல் செல்லவேண்டியிருக்கிறது.
போஷிக்கப்பட்டவற்றையெல்லாம்
பிடுங்கியெறிந்து,
புழுதியிற் கிடந்தவற்றை
பீடமேற்றியிருக்கிறேன்.
நேற்றிரவு
நான் துவேஷித்த மனிதனின்
தரிசனத்திற்காகக்
காத்துக் கிடக்கிறது இன்றைய பகல்.
வாளின் கூரை பரிசோதிப்பது
நண்பனின் கழுத்துக்காக.
வேண்டியதை வேண்டாமலும்
வேண்டாததை வேண்டியும்
தாயத்தில் விழும் எண்கள்.
சொன்னதும் செய்ததும்
இதை அறிவிப்பதும்
நானல்ல!

∎

நிலத்தில் விழுந்த துளிகள்
தானியங்களாக முளைவிடும்போதும்
பாறையில் விழுந்தவை விரயமாகும்போதும்
நான் அறிந்துகொள்கிறேன் கடவுளே,
மதுவெனும் பெயரில் புட்டிகளில் அடைபட்டிருப்பது
உனது பிரக்ஞைதான்.
■

ஞானஸ்நானம்

கானக மேடையில் கார்மேகப் பந்தலில்
தன் விரிதோகை நடனத்தினின்று
வடித்துக் கொடுத்தது மயில் கொஞ்சம் மது.

தகதகக்கும் நிறங்கள் தோன்றியதென் தேகத்தில்

பயிர் விளைந்த வயற்பரப்பில்
இரையெடுக்கும் குருவிகள்
தங்கள் சிருங்காரத்திலிருந்து
சேகரித்துத் தந்த மது சிறிது.

என் சருமத்தில் படர்ந்தன தூவிகள் மெலிதாய்.

பூத்துக் குலுங்கும் மலைமேல் மரத்தில்
பாடுங் குயில் தன் குரலிலிருந்து
இறுத்துக் கொடுத்தது இன்னும் மது.

என் உதடுகள் அலகாய் உருமாறிக்கொண்டன.

காணரிய சீரொழுங்கில் கூடு செய்யும் பறவைகள்
தங்கள் கட்டும் திறனிலிருந்து கொடுத்தன மது மேலும்.

என் விலாப்புறங்களில் வரத் தொடங்கின இறகுகள்.

வலசை வந்தவையோ வானின் வியாபகத்தையெல்லாம்
மதுவாக மாற்றி வழங்கின.

எடையற்று இலகுவாயிற்று என் உடல்.

மதுவில் மூழ்கியென் ஆன்மா தூயதாய்த் தெளிந்தெழ
அன்னப்பறவைகள் வந்து ஆசீர்வதித்து
என்னைப் பறவை இனத்தில் சேர்த்தன.
என் சிறகுகள் விரிகின்றன இதோ...

∎

காலை

மதுக்கடைத் துப்புரவாளன்
அதிகாலையில் பணிக்கு வருகிறான்.
துடைப்பத்தை எடுத்து உதறி
அவன் பணியை ஆரம்பித்த வேளை
முட்டக் குடித்துவிட்டு முன்னிரவே
மூலையில் சுருண்டிருந்த நான்
பதற்றத்துடன் திடுக்கிட்டு எழுந்தேன்.
துடைப்பத்தின் வீச்சு
என்னை நோக்கி வந்தபோது
முதலில் ஒரு மதுப்புட்டியின்
மூடிக்குள் தஞ்சமடைந்தேன்.
அதுவும் அகற்றப்படும் வேளை
ஒரு காலித் தீப்பெட்டிக்குள்
அடைக்கலமானேன்.
அதுவும் களையப்படும் நேரத்தில்
ஒரு கடலைத்தோலுக்குள்
புகலடைந்தேன்.
அங்கே எனக்கு முன்னால்
ஒரு எறும்பு உயிர்த்திருந்தது.

'வா நண்பனே' என்றது அது.
'நலம் விசாரிக்க இது நேரமில்லை,
துடைப்பத்தின் செவிகளுக்கு
நம்மைத் தெரிந்துவிடும்' என்றேன்.
இறுதியில் துடைப்பத்தின்
மிக அலட்சியமானதொரு வீச்சில்
கடலைத்தோல் வெளியேறும் வேளையில்
மிச்சமீதியை மொய்த்துக்கொண்டிருந்த
ஒரு ஈயின் சிறகிலேறி கௌரவமாகத் தப்பித்தேன்.
உடைகளில் ஒட்டியிருந்த
சகல அழுக்குகளையும் சிறு சொடுக்கலில்
தூய்மை செய்த பிறகு
முன்னைவிடவும் அழகானேன்.
நான் சந்தித்த முதல் காட்சி
இளம்காலையின் அற்புத சூர்யோதயம்.
மெல்ல நடுக்கத்துடன் எழும்
கதிரவன் உள்ளிருந்து
ஒரு குரல் சொன்னது:
'நலமே போ நண்பனே, பாதை நெடிது.'

■

கடவுளுடன் மது அருந்துதல்

தன்னந்தனியாக மதுவிடுதிக்கு வந்தேன் - அங்கே
எனக்கு முன்பாக கடவுள் வந்து காத்திருந்தான்.
உறையிலிருந்து வாளை தீரம்மிக்க
அலட்சியத்துடன் உருவுவதாக
திரவத்திலிருந்து வெளிப்பட்டுவிட்டது தூய கிறக்கம்.
பருகப்பருக பாதை சம்பவித்த
நீர்வழி நெடும்பயணத்தில்
திறனால் கனத்த எம் நரம்புகள்
மலைச் சர்ப்பங்களாகத் திமிறி நெளிந்தன.
தான் பெற்ற பிள்ளை எம்முள் கிளர்ந்தேறி விளையாடுவதைப்
பெருமையோடு பார்த்தபடி
புட்டியில் மிச்சமிருக்கும் மதுவோடு பேசுவதற்கு
நல்ல பெயர் சூட்டிக்கொள்ள யோசித்தோம் நானும்
கடவுளும்.
போதையின் ஒரு முத்தம் குவிந்த மையத்திலிருந்து
விழித்துப் பரவுகிறது
காண்பதன் மீதெல்லாம் பூக்கள் தூவும் பார்வை.
கடவுளின் மகிழ்வைக் கவனித்தவாறே
பாதியளவு மது மிச்சமிருந்த கண்ணாடிக் குவளையில்

நான் தட்டிவிட்ட சிகரெட் சாம்பல்
இரண்டு தங்கமீன்களாகிச் சுழல்கிறது.
கடவுள் குவளையைச் சிறு தொட்டியாக மாற்றி
அழகிய வீட்டின் மேசையில் வைத்தான்.
என் பங்காக அடுத்து நான் மேசையில் வைத்தது
ஒரு தட்டச்சு எந்திரம்.
கடவுளுக்குப் புரிந்துவிட்டதுபோலிருக்கிறது.
ஒரு பெண்ணை அமரச்செய்தான் மேசைக்கு முன்பாக.
அவள் என்ன செய்ய வேண்டும் என்று நான் தீர்மானித்தேன்.
பெற்ற தனிமையில் மகிழ்ந்து சிரம் தாழ்த்தி
புன்னகையில் இதழ்கள் குவிய
மிக நீண்ட காதல் கடிதத்தைத்
தட்டச்சு செய்யத் தொடங்கினாள் அவள்.
எழுத்துகள் பதியும் சப்தங்களைத் தொகுத்து
மதுவாக மாற்றிப் பருகத் தருகிறான் கடவுள்.
கடல்மீன்களின்
செதில்களையெல்லாம் காகிதங்களாக்கித் தர
விரும்புகின்றன தங்கமீன்கள்!
அவள் எழுதித்தீரும்வரை நாங்கள்,
குடிக்கத்தான் வேண்டியிருக்கிறது.

∎

என் வரம்பற்ற உத்தேசத்தின்
விவரணைச் சுழற்சியில்
கசிகிறது யுத்தப் புகழ்ச்சி.
எந்தச் சொல்லமைப்புக்குள்ளும் வராமல்
குழப்பிக் காட்டும் வகையிலேயே தயாரித்தேன்
என் வழக்கின் விவரத்தை.
கவர்ச்சியுள்ள பிரச்சினை மீதல்ல
காண்கிற எல்லாவற்றிலும் தெரியும்
கடுமையான சந்தர்ப்பத்தைக் குறித்து - என்
உக்கிரக் கோட்பாட்டோடு கலந்தாலோசிக்கிறேன்.
தற்காப்பாக
உடன்படிக்கை தயாராகும் மேசையை
கடித்துத் துண்டாடினேன் பற்களால்.
நோக்கமற்று நடக்கிற
கலகத்தின் தலைவனாகிய நான்
கருத்தின் உள்ளுடுப்புகளில் மாறும் புத்தமைப்பு
உறுப்பைத் தீண்டுகிற கிளர்ச்சியோடு,
விசாரணையில் காட்ட வேண்டிய
சமரச நெகிழ்ச்சியைச்
சிறுநீரால் மூழ்கடித்துவிட்டேன்.
சொல்லுங்கள்!

ஏன் எப்போதும் விடுபடுகிறது
விடுதலைப் பட்டியலில் என் பெயர்?
பெயரை அடித்த கொடுங்கோல் பேனா
என் சட்டைப் பையிலிருந்தது
அதைப் பதுக்கும்போது நீங்கள் பார்த்தீர்களா?
என்னைப்
படுதோல்வி அடையவைப்பதற்கான சூத்திரம்
என் வாதத்தின் ஒரு வார்த்தையையேனும்
ஒப்புக்கொள்வது என்பதை நீங்களறியவில்லை.
படுகொலை - சித்திரவதை - அவமதிப்புகளின் சாரமாக
எழுகின்ற என் நிபந்தனைகளைப் பிளக்கும்போது
உன்மத்தம் கோரும் குரல் ஒழுகுவதை
நீங்கள் கண்டுபிடிக்கப்போவதில்லை.
உங்கள் அறியாமையால் என்
ஊக்கத்தின் மமதையேறுகிறது.
உடைக்கிற அதிநியாயம் கொண்ட
என் மறுப்பு
இப்படியே விட்டுவைக்கப்போவதில்லை
எதையும் என்னையும்.

∎

சவால்

மழையில் நனைந்து நடுங்கி
என் வீட்டுக் கதவை இரவில் தட்டிய வெற்றி
தலை மறைத்துச் செல்ல
ஒரு குடை கேட்டு இறைஞ்சி நின்றபோது
நான் என் கேடயத்தைக் கொடுத்தேன்.
வேறெங்கும் செல்லப் பிரியப்படாமல்
வாசலருகிலேயே கிடக்கிறது அதுமுதல்.
கானக வழியிடையில் காலில் முள் தைத்து
துடித்துக் கிடந்தான் கடவுள்
ஊன்றிக்கொண்டு போகச் சொல்லி
என் உடைவாளைக் கொடுத்தேன்.
அவன் இலக்கை மாற்றிக்கொண்டு
எனக்குப் பின்னேதான் வந்துகொண்டிருக்கிறான்.
நதியில் நீந்திய தேவதையின் ஆடைகளை
வெள்ளம் உருவிப் போனபின் - பல காலம்
பழகிய சிலந்திகளால் மானம் மறைத்து
மலைக்குகையில் கிடந்தாள்.
என் உடுப்புகளை அவிழ்த்துக் கொடுத்த பிறகு
தலைக்குயரே மிதக்கிறாள் - நான்
செல்ல வேண்டிய பாதையைத் தெரிவு செய்ய.
வலிமையின் குழந்தைகள் செய்த
விளையாட்டுப் படகை
வெள்ளோட்டம் பார்க்கக் கொஞ்சம்
ரத்தம் கொடுத்தேன்.
என் மூச்சில் புகுந்து உடலில் தங்கின குழந்தைகள்.
நான் வாளற்றவன் - காப்பற்றவன்
உடையும் உதிரமும் அற்றவன் - விதியே
உன்னைப் புதைக்க வேண்டிய
இடத்தைத் தெரிவு செய்து
சமருக்குத் தயாராகி வா!

∎

இரண்டு

துயிலெழுதல்

அவன்
ஒரு புதிய நாளின் முன்பாக
படுக்கையில் களைப்புடன் நிற்கிறான்,
அசகாயக் களைப்புடன் நிற்கிறான்.
விரிப்பில் அவன்
புரண்டு விடைத்துக் குறுக
குழுமும் நேற்றைய நிறைவின்மைச் சுருக்கங்களில்
தடித்ததொன்று நடுமுதுகில் உறுத்துகிறது.
இன்னொன்று பிறாண்டுகிறது பின்கழுத்தில்.
சிறிது பெரிதாய்ச் சுருக்கங்கள் தோன்றி
அவலக் கண்காட்சி ஒன்றின்
கேட்லாக்போல ஆகிவிட்டது விரிப்பு.
பாதகமே, சீரழிவே, கொடுமையே
எந்தப் பற்சக்கரங்களுக்கிடையிலும்
கடிபட மறுக்கும் பேரவமானமே...
போன்ற தலைப்புகளில் நிகழ்ந்த
படைப்புகளைப் பற்றிய குறிப்புகளை வருடி
ஒரு செய்தி சொல்கிறான் மரணத்துக்கு,
'உன் தோளில் என் முகத்தை பலவந்தமாக அழுத்தி
தூங்கச் செய்யும் முயற்சிகள் எதற்கு...
நான் மாட்டேன் என்று அடம்பிடிக்கவில்லை
நான் இன்னும் ஓயவில்லையோ
என்றுதான் யோசிக்கிறேன்.'
படீர் படீரென்று அவனது கபாலங்களை

உதைத்து உடைத்துப்போகும் தோல்விகளின்
வெற்றி முழக்கம் கேட்கிறது.
கால்களை அடிவயிற்றுக்குள்
கைகளை நெஞ்சுக்கூட்டுக்குள்
இழுத்துக்கொண்டு சிறுத்துக் கிடக்கிறான்.
அவனது ஒவ்வொரு உயிரணுவும் மற்றொன்றுக்குள்
ஒளிந்துகொள்ளப் போராடுகின்றன.
சம்பிரதாயக் குலுக்கலுக்குதான்
நாட்கள் கரம் கொடுக்கின்றனபோலும் - அவனது
விருப்பத்தின் பிடி இறுகுவதை உணர்ந்து
எதையோ சுட்டிக்காட்டும் சாக்கில் தங்களை
உடனே விடுவித்துக்கொள்கின்றன.
வெயிலெரியும் பாதையில் வியர்த்தொழுகி நடக்கையில்
பக்கத்து ஏர்கண்டிஷன்ட் கடையின் கதவு நொடி நேரம்
திறக்கப்பட்டதில் வந்து மோதிய துண்டுக் குளிர்போல
பள்ளி செல்லும் சிறுமியொருத்தி தன் அம்மாவிடம்
விடைபெறும் சப்தம் கேட்கிறது,
'அம்மா, போய்ட்டு வரேன்!'
அவன் படுக்கையிலிருந்து எழுவதற்கு
ஜீவன் தந்த குரல் அது.
இடியென்றறிந்தும் இந்த நாளை தன்
தலையிலேயே தருவித்துக்கொள்ள
துயிலெழுந்துவிட்டான்
அவன்.

■

இணை

உயிர் சோம்பித் தடம் நுகர்ந்தசையும்
திரளிடை பாய்ந்து
நெற்றி சுருக்கி புருவங்கள் நெரிபட
கூர்விழிகள் துளைத்தன முகங்களை.
ஒளிபட்டுச் சிதறிற்று சிற்றெறும்புச் சனக்கூட்டம்
புறமுகமாய்ப் பதறிப் பின்வாங்கின
தாளா வீர்யத்தினடியில் கவிழ்ந்தன தலைகள்
சுடர்
பற்றிவிடும் பயத்தில் தொலை நின்று சுணங்கின
சில - என்
பாதங்களின் இடைவெளியூடே தவழ்ந்தோடின.
நொடியிற் பலமுறை வீறான நாண் ஒடித்து
விசையதிர நிமிர்ந்தது வில்.
மாற்றி மாற்றி முகங்களில்
செருகியெடுத்த என்னெதிரே
பொந்தொன்றில் தஞ்சம் முயன்ற
தகப்பன் தோளிலிருந்து ஒரு குழந்தை
என்னைப்போலவே
நெற்றியைச் சுருக்கி புருவங்கள் நெரித்து
என் கண்களில் ஆழ்ந்து
எதையோ பார்க்கவும் -
வேறு வழியின்றி அடக்கமாய்
ஆகாயம் பார்க்கத் தலையுயர்த்தினேன்.

∎

மீனா

பத்து வயதுகூட நிரம்பாத மீனா
பக்கத்து வீட்டில்
வேலைக்காரியாகப் பாடுபடுகிறாள்.

அரைத்த மாவு நிரம்பிய வாளியை எங்கிருந்தோ
சுமக்க முடியாமல் கொண்டு வருகையில்,
என் தங்கையாயிருந்து திருவிழாக் களித்து
பரிசுகளுடன் திரும்புவதாய் சமாதானம் கொள்வேன்.

கை நழுவிப் பறந்து போகின்ற பலூன்களைப்
பிடித்துக் கொடுக்கும்படி
மகிழ்ந்து கூவினாளோ...

அகாலத்தில் வந்த எஜமானின் வாகனத்தைப் போர்த்த
மிகப் பெரிய தார்ப்பாயை இழுத்து வருபவள்
கையில் சுவையுணவுத் தட்டுடன்
நிலாச்சோறு சாப்பிட வரும் என் சிறிய மகளாயிருந்தாள்.

என் அன்பை ஆதரவை உண்டு களைத்து
என் மடியிலேயே உறங்கியவளை
அள்ளி என் படுக்கையில் கிடத்தி
சாமரம் வீசிப் பக்கத்திலிருந்தேனோ...

குப்பையைக் கொட்ட வரும் முறையில்
காத்திருக்கும் பேரரங்கத்தில் சாதனைக்காரியாய்
கரகோஷ மத்தியில் காட்சிப்படுவாள்.
அவளின் ஒரே உற்ற தோழனாயிருந்து
வெகுமதிகளைச் சுமந்து அவள் பின் சென்றேனோ...

பெரிய நீர்க்குடத்தைத் தரையில்
வைத்து வைத்து நகர்த்தி வருகையில்,
என்னை வழிகாட்டியாகக் கொண்டு
வனாந்தரங்களில் சஞ்சரிப்பவளாயிருந்தாள் அவள்.

பெரு விழுதுகளில் இருத்தி நான் ஊஞ்சலாட்டும்போது
மேகத்தைத் தொட்டு வந்த ஈரத்தை
என் கரங்களில் அருளினாளோ...

வலிமையற்ற தன் சிறிய கைகளால்
அக் குடும்பத்தின் துணிகளை நிதானமாகத்
துவைக்கிற சப்தத்தில்,
உலகத்தின் காட்சி முழுக்கவும் தெரிகின்ற கோபுரத்தில்
இருவருமாய் ஏறிக்கொண்டிருந்தோம்.

அந்த விடுதலையிலிருந்து தான் எப்போதோ
பணிபுரிந்த வீட்டை
புன்னகையுடன் எனக்குச் சுட்டிக்காட்டினாளோ...

ஏவும் குரல்களிடமிருந்து மீட்டு நான்
எனக்குள் வைத்துக்கொண்ட மீனா
எதற்காகவோ
அனுமதி மறுக்கப்பட்டு இரவில்
தாழிட்ட கதவருகில் அழுதுகொண்டிருந்தாள்.
கற்பனையல்லாது நிஜத்தில்
நான் அவளுக்குச் செய்ததெல்லாம்
'உன்னைப் பற்றி எப்போதாவது எழுதுவேன் மீனா'
என்று என் குறிப்பு நோட்டில் அந்த இரவில்
எழுதி வைத்ததுதான்.

∎

ஏதொரு குழந்தையும்
எங்கோ கனவில் துடித்தழுதால்
எப்படிப் போய்த் தேற்றுவேன் கர்த்தரே!
அச்சத்தின் துடிப்புகளுக்குள் எப்படி என்
ஆறுதலின் முத்தங்களைக் கடத்துவேன்?
விரும்பியதொன்றின் பெயர் ஏதென்று தெரியாமல்
ஏங்கிச் சிணுங்கும் பிடிவாதத்தின் தேவையை
எப்படிப் பூர்த்தி செய்வேன்?
பிணக்குகளுக்கான சமாதானத்தை, தேவதையே...
தங்கத் தட்டில் வைத்துத் தருவது எப்படி?
வீடுகளில் வெள்ளையடித்து மறைக்கப்படுகின்ற
அவர்களின் கிறுக்கல்களை
என் சுவர்களில் தோன்றச் செய்யும் மந்திரம்தான் என்ன?
அண்ணலே, எங்கே யாருக்கு அவர்கள் கையசைத்தாலும்
அங்கே நானும் நின்று ஏற்றுக்கொள்வதெப்படி?
பணிக்கு நீளுகின்ற சிறார்களின் அணிவகுப்பைக்
கலைத்து விளையாட்டில் பாட்டும் கதையும்
எழுத்தறிவிப்பதும் எப்படி?
கடவுளே,
வீழ்ச்சிகளிலிருந்து தூசும் படாதபடி நேரடியாய்
என் கரங்களில் மெத்தென
எப்படி அவர்களை ஏந்திக்கொள்வேன்?
நோவிற் துவண்ட குருத்துடல்களை
எந்தச் சிரஞ்சீவியாற்றில் முழுக்காட்டி
நித்யமாய் சொஸ்தப்படுத்துவேன்?
தெருக்களிலெல்லாம் யாசகத்துக்கு நீளும்
பிஞ்சுக் கரங்களை நிறைக்கும் கடைத்தேற்றத்தை
எம்பிரானே,
எவ்விதம் சம்பாதிப்பேன்?
இதை எழுதும்போது எவ்வளவு சுலபமாக
எவ்வளவு இசைவாக எவ்வளவு அழகாக
இதயத்திலிருந்து ரத்தத்தைத் தாள் மீது
மசியாக விட்டுக்கொடுக்கிறது பேனா முனை...
என் நாதனே!
கொஞ்சிக் கொண்டாடுதற்கு
ஆளின்றிச் சோம்பிய குழந்தைகளை
நான் எப்படிச் சமீபிப்பேன்?

∎

இன்றைய பகலெல்லாம்
சஞ்சலப்பட்டுக்கொண்டிருந்தவன் யார் என்று
அகால இரவுக் கனவில்
தேடியலைந்தது ஒரு குழந்தை.
வந்த பெரும் வாய்ப்பைச் சேர்ப்பிக்க
முகவரி தேடும் அஞ்சல்காரனாக
போவோர் வருவோரிடமெல்லாம் கெஞ்சியது.
இன்றைய நாளில் நொடிக்கு நொடி விசனத்தால்
வெதும்பிக் கிடந்தானே அவன் யார்?
இந்தக் கனவு முடிவதற்குள் நான் அவனைச்
சந்தித்தாகவேண்டுமேயென்று பதைத்தபடி
வீடுவீடாகப் புகுந்து விசாரிக்கிறது.
ஜனம் கூடிய இடங்களில் கூவிக் கேட்கிறது.
தனிமைகளிலும் தென்பட்ட தாழ்மைகளிலும்
தட்டுத்தடுமாறி ஆராய்ந்து போகிறது.
மறைவுகளை
உதறிஉதறிப் பார்க்கிறது.
காலத்தின் உயிரே ஆனாலும் - மனிதத்தின்
கடைசி வித்து நானே என்றாலும்
என் இருத்தலை ஏற்க மாட்டேன் என்று
அறைகூவி அழுதவனைக் காட்டுங்கள்...
இந்தக் கனவு முடியப்போகிறது.
உடனடியாக எத்தகைய குற்றத்தையும் ஏற்க
எப்போதும் தகுதியுடையவன்தான் என

நெஞ்சில் கைவைத்து ஒப்புக்கொண்டவனைச் சொல்லுங்கள்...
எந்த அளவு தான் துச்சமானவன் என்பதை
நிரூபிக்கத் தயாராகி மண்டியிட்டு
புழுவென்றும் புழுதியென்றும்
உறுதியும் இறுதியுமாகத் தன்னை அறிவித்தவன் யார்?
தயவுசெய்து சொல்லுங்கள் மனிதர்களே,
அந்த மகாதுக்கிதன் நித்யசோகி
அதிகத்திலும் அதிகமான தண்டனையைத்
தனக்குத் தந்துகொள்ள விழைபவன்
எங்கே தங்கியிருக்கிறான்...
அடடா கனவு முடிந்துகொண்டிருக்கிறது.
தாயிடமும் திரும்பத் தகுதியில்லாதபடி
களங்கப்பட்டுப்போனேன் என்று
மௌனமாய்க் குமுறியவனுக்கு
கடைசி அழைப்பு இதுவே...
அதன் பிறகே நான் திரும்பிப் பார்த்தேன்
'நீதானே?' என்றது குழந்தை
'ஆம்!' என்றேன் நான்.
தூக்கச் சொல்லிக் கை விரித்தது.
அள்ளி அணைத்துக்கொண்டேன்
கனவின் கடைசி நொடியில் ஒரே ஒரு முத்தம்.
விடிந்தது.
காலையில் மனம் தெளிந்திருந்தது.

∎

லொள் லொள்ன்னு நாய் மாதிரிக் குரைக்குமே
அது மாதிரி ஒண்ணு வரைஞ்சி தா
என்று சொன்னாள் சிறுமி.
ரெண்டு கால் மாதிரி வச்சிக்கிட்டு
நடக்கிற மாதிரிப் போற
மனிசன் மாதிரியும் ஒண்ணு.
வால் மாதிரித் தொங்கவிட்டு
குரங்கு மாதிரித் தாவுறது.
கடல் மாதிரிக் கிடக்கிறதிலே
நிக்கிம் கப்பல் மாதிரி.
சேப்பு சேப்பா பூ மாதிரிப் பூக்குமே
அந்த மரம் மாதிரியும் ஒண்ணு
வரைஞ்சி தா...
அவள் சிறுமி மாதிரி
என் முன்னால் அமர்ந்திருக்கிறாள்.
நான் ஓவியன் மாதிரி
வரைந்துகொண்டிருக்கிறேன்.

∎

பூமொழி

வீட்டின் பக்கத்தில் நிற்கிறது ஒரு மரம்.
கூடத்துச் சன்னலையும்
சமையலறைச் சன்னலையும்
விரிந்த கிளைகளால்
பார்த்துக்கொண்டிருக்கிறது.
கைகளசைத்துக் கால்களுதைத்துக்
கூடத்தில் கிடக்கும் சிசு
மிழற்றுகிறது ஒரு சொல்லை.
சமையலறையில்
பணி முனைந்திருக்கிற அம்மா
அச்சொல்லையே நீள வாக்கியங்களாக்கி
பதில் அனுப்புகிறாள்.
விரல் நீட்டி சிசு பேசுகிறது மீண்டும்.
அத்தொனியிலேயே அம்மா குழறுகிறாள்.
கடவுளுக்கும் புரியாத
அவ்வுரையாடலைக் கிரகிக்க
கூடத்துச் சன்னலுக்கும்
சமையலறைச் சன்னலுக்குமாய்க்
கிளைகளின் வழியே ஓடிஓடிக்
கவனிக்கிறது அணில்.
பெருகும் சொற்களும்
அபூர்வ எதிர்வினைகளும்
அதீதக் குழப்பத்திலாழ்த்த
அணில் ஓடிக் களைக்கிறது சன்னல்களுக்கிடையே,
அர்த்தங்களை மரம் பூக்களாக மொழிபெயர்த்து
அதன் மீது உதிர்த்துக்கொண்டிருப்பது தெரியாமல்.

■

மதுக்கடையில் உருளும் கோலிக்குண்டுகள்

குடிப்பவர்களுக்குக் குற்றேவல் புரிந்து
அலைக்கழிந்த சிறுவன்
நிறைந்த போதையில் வெளியேறும் ஒருவனிடம்
இறைஞ்சிய சில்லறை
கைநழுவி விழுகிறது தரையில்.
எடுக்கக் குனிகையிலோ
நிகழ்கிறதொரு அற்புதம்...
அவன் சட்டைப் பையிலிருந்து தவறி
கலீரிட்டுச் சிதறின கோலிக்குண்டுகள்.
அத்தனை பேரையும் சட்டென்று இணைத்துக்கொண்டு
நெடுக ஓடுகின்றன அவை.
கடந்த காலங்களில் மிதந்து
பார்த்திருந்தவர்களின் பால்யத்தில்
தட்டி நின்றன.
தயங்கித் திகைத்த சிறுவனிடம்
கருணை கூர்ந்து ஒருவன்
தன்னருகே கிடந்ததை எடுத்துக் கொடுத்தான்.
போதை மிகைத்த அன்புடன்
மற்றொருவனும் அவ்வாறே செய்தான்.
தாளாக் குற்றவுணர்வில்
நெகிழ்ந்த கரங்கள் பல
ஆசிகளெனக் கோலிக்குண்டுகளைப்
பொறுக்கிச் சேர்த்தன அவனிடம்.

∎

சாத்தானும் சிறுமியும்

விலங்கு செல்லின் படம் வரைந்து தரும்படி
என்னிடம் வந்தாள் உமாவெனும் சிறுமி.
அவளை வெளியே நிறுத்தி கதவைத் தாழிட்டுக்கொண்டு
வலதுகை கட்டைவிரலில் குண்டூசி பதித்து
ரத்தத்தால் ரேகை வைத்தேன் நோட்டுப்புத்தகத்தில்.
உலகிலேயே மிகக் கொடூரமான விலங்கின் ஒரு செல்
துல்லியமாகத் தோன்றியிருந்தது.
சில நாட்கள் கழித்து அறிவியல் நோட்டில்
விஷப் பாம்பை வரைய வேண்டுமென மீண்டும் வந்தாள்.
தாழிட்ட அறைக்குள் தனியே
என் நாக்கு நுனியை மட்டும் நோட்டில் ஒற்றினேன்.
மனிதர்கள் மொத்தமும் அழிவதற்குப் போதுமான
விஷங்கொண்ட நாகத்தின் சித்திரம் தோன்றியது.
பள்ளியில் சொல்வதற்குப் பிறகும்
ஒரு கதை வேண்டுமென்றாள்.
நான் சொல்லத் தொடங்கினேன் என் ஆதிகதையை.
பிறவிகள்தோறும் புனிதங்களை நசித்த கதையை.
குடித்து விடாய் தீர்த்த ரத்தங்களின் சுவைகளை.
உறவுகளைச் சிதைத்து
தாளா இழப்புகளில் - பிரிவுகளில் மூழ்கடித்த கதையை.
விளையாட்டுக்காகக் கலைத்துப்போட்ட
கூடுகளின் எண்ணிக்கையை.
பாதைகளெங்கும் கண்ணிகளாய் வைத்த
துக்கங்களின் வகைகளை...
கதையின் உக்கிரத்தால் - சொல்லும் ஆவேசத்தால்
என்னையறியாது என் வேஷம் உரிந்து
சாத்தானாக மாறியிருப்பதை உணர்ந்து திடுக்கிட்டேன்.
நல்லவேளையாக அவள் என் சுயரூபம் பார்க்கவில்லை.
சாதாரணப் பேய்க்கதை என்று கருதி
தொடக்கத்திலேயே தூங்கிவிட்டிருந்தாள்.

∎

குடிசையுள் இருளிலிருந்து
வெளித் திண்ணைக்கு ஓடி வந்த சிறுமி
மழை விட்டுவிட்டதா என
கை நீட்டி மேலே பார்த்தாள்.
என்னதான் சொன்னதோ வானம்.
உள்ளே ஓடிச் செல்கிறாள்
புன்னகையுடன்.

■

ரகசிய உரையாடல்

ஹோட்டலில் எடுபிடிகளாக இரண்டு
சின்னஞ்சிறுவர்கள்.
பணியிடைச் சிறு ஓய்வில்
கை கழுவும் இடத்தின் சிறு மறைப்பு ஆதரவில்
தங்களுக்குள் ஆழ்ந்து கிசுகிசுத்துச் சிரிக்கிறார்கள்.

அத்தனை அரவத்தையும் மீறி
அவர்களுக்கு மட்டுமெனத் தருவித்த அமைதியில்
சுரந்த ஊற்று பெருகுகிறது ஓடையாக.

உண்டு முடித்து எழும் ஒருவரைக் கண்டு
சடுதியிற் பிரிந்த சிறுவன்
இலையெடுத்து சுத்தப்படுத்துகிறான் மேசையை.

திடுமென்றெழுந்த தடையால்
போக்குத் தடைப்பட்டு தேங்கிய ஓடையின்
கடைசித் திவலை வற்றியது அவன் முகத்தில்.

மறுபடியும் சிறுதனிமை அதில் முகங்கள்
ஒளித்தொனிகளாய் உணர்ச்சிகள் காட்டும்
பிள்ளைமைப் பேச்சு தொடர்கிறது.
வளியுருவச் சிறு பறவைகள்
மாறிமாறித் தோளணைவதாய்
உடல் பாவனைகளில் வழிகிறது
களிப்பின் பாகு.

மணியடித்து ஏவுகிறான் எஜமான்
எச்சிலை எடுக்க ஓடுகிறான் மற்றொரு சிறுவன்.

இரைப்பைக்குள் தீவாரித் திணித்ததைப்போல
அத்தனை பறவைகளும் அப்போதே பொசுங்கின.

மீண்டும் வரம்போல ஓய்வின் சில நிமிடங்கள்.
பல்வகை மலர்களின் நறுமணம் செறியும்
நிவலறைத் தோட்டம் திறக்கிறது.
அஞ்சி அஞ்சிப் பேசும் சன்ன வார்த்தைகள்
வண்ணத்துப்பூச்சிகளாகின்றன.

எவரோ
அதட்டி அழைக்கும் ஓசைக்கு
ஒருசேரப் பாய்கின்றனர் இருவரும்.

வண்ணத்துப்பூச்சிகளால் ஆன பால்வீதி அணைந்து
கடைசியாக உயிர்விடும் ஒன்றின்
இறகுத் துடிப்பு ஓய்ந்தது அவர்கள் முகத்தில்.

∎

தீராத கணக்கு

எதையோ நினைத்தபடி
எங்கோ சென்றுகொண்டிருக்கும்போது
சட்டென்று உன் குழந்தையுடன் வழிமறித்து
பிச்சை என்று கேட்டாய்.
தெய்வமே அந்தக் குழந்தை
என்னமாய்ச் சிரித்தது...
அதற்கு மாறாக நீ என்
சட்டையைப் பிடித்து உலுக்கியிருக்கலாம்.
ஓரிரவில் சாக்கடையோரம்
கொசுக்கள் குதறும் வதையில்
துடித்துப் புரளும் குழந்தையைக் காட்டி
அய்யா என யாசித்தாய்.
உறக்க மயக்கத்தில் அழச் சக்தியற்று அது
எவ்வளவு ஈனமாய்ச் சிணுங்கியது...
அதற்குப் பதில் நீ என்னை
அடித்துப் பிடுங்கியிருக்கலாம்.
பஸ்ஸுக்குக் காத்திருக்கும் கூட்டத்திடையில்
உன் குழந்தை என் கால்களைத் தொட்டு
கை மலர்த்தும்படிச் செய்தாயே,
பரிதாபமாய் முகம் காட்ட அது அப்போது
எவ்வளவு பாடுபட்டது...
அதைவிடவும் நீ என்னை
முகத்தில் உமிழ்ந்து கேட்டிருக்கலாம்.
இறுகிய முகத்தின் கண்ணீர்த் தடத்துடன்
அனாதைக் குழந்தையை அடக்கம் செய்யவென்று
இரந்து நிற்கிறாய் இன்று.
புவி சுமக்க முடியாத பாரமாக இது
எவ்வளவு அமைதியாகக் கிடக்கிறது...
அய்யோ அய்யோ என்று
பதறி அழிந்தபடியே
ஒவ்வொரு அடியையும் எடுத்து வைத்து
உன்னைக் கடந்து போகிறேன்.
தாயே என்னைக் கொன்று பழிதீர்க்க
ஏன் உனக்குத் தெரியவில்லை?

■

ஈரம்

ஒரு சிறுவனை
நைச்சியமாக அருகழைத்து தந்திரமாக இளித்தபடி
மெல்லெனக் கிள்ளுகிறேன்.
துள்ளிக் கோபத்துடன் விலகி முறைக்கிறான்.
'வேண்டுமானால் பதிலுக்கு
நீ என்னைக் கிள்ளிவிடு.'
விருப்புடன் சிக்கினான் விரித்த வலையில்.
பற்களைக் கடித்தபடி என் கரங்களில் அவன்
மாறி மாறிக் கிள்ளும் தடங்கள் ஆழப் பதிகின்றன.
சிரித்துக்கொண்டு சொல்கிறேன்,
'எனக்கு வலிக்கவேயில்லை...'
சக்தியெல்லாம் தன் நகங்களில் குவித்து
பிய்த்தெடுக்க முயல்கிறான் என் சருமத்தை.
'வலிக்கிறதா... வலிக்கிறதா...'
என் அலட்சியச் சிரிப்பில் அமிழ்ந்தன
ஆர்வக் கேள்விகள் எல்லாம்.
'இவ்வளவுதானா உன் பலம்,
எனக்கு வலிக்கவேயில்லை!'
அவமானப்பட்டவனாய் சில நொடிகள் திகைத்து
சட்டென்று கவ்வுகிறான் என் கரத்தை.
'வலிக்கிறதா... வலிக்கிறதா...'
பற்கள் பதியப்பதிய வலி மீதுற மீதுற
பெருங் குரலெடுத்துச் சிரிக்கிறேன்.
சிலிர்த்தடங்குகிறது உடல் - மனம்
ஈரம் பட்டுக் கிளைக்கிறது.

∎

பஸ்ஸுக்குக் காத்திருக்கிறேன்.
டீக்கடைத் தொட்டி முன்
குருவிக்குஞ்சுகள்.
எட்டாத ஆழத்தில்
நீர் கிடந்தது.
ஒவ்வொன்றாய் எக்கி
முயன்று சோர்வாய்
தம்முள் பார்த்துக்கொண்டன.
கற்களைச் சேகரித்து
தொட்டிக்குள்ளிட்டு
நீரை மேலுயர்த்திப் பருகும்
அந்தக் காக்கைபோல அல்ல இவை.
ஏமாற்றத்தோடு புறப்படுமுன்பு
சிகரெட்டை அணைத்து அருகே போகிறேன்.
வந்து நின்று
ஏற்றிக்கொண்டு போகும் டவுன் பஸ்ஸில்
இருந்திருக்க வேண்டியவன்,
முதுகுப் பாரமாய்
புத்தகப் பைகள் சுமந்த
என் குருவிக்குஞ்சுகளுக்கு
நீர் மொண்டு கொடுத்துக்கொண்டிருக்கிறேன்.

∎

ஒரு மனிதக்குரங்கு சித்திரம்

தன் நோட்டுப் புத்தகத்தில்
மனிதக்குரங்கொன்று துள்ளிவர
பள்ளிச் சிறுமி குதூகலமாய்ச் சிரித்தாள்.
தோட்டத்தில் நீர் ஊற்றிக்கொண்டிருந்த
ஒரு நீதிபதியைப் பார்த்து என் ஆனந்தம்
தூரிகை வர்ணத்தோடு கழுவப்பட்டது.
கையிலிருந்த சஞ்சிகையை
காத்திருப்பில் வாசிக்கும்போது
பளிச்சிட்டு மறையும் குரங்கின்
மிரள் விழிகளுக்காக
மெலிதாகப் புன்னகைத்ததை - இல்லை
புன்னகைக்க நினைத்ததையறிந்து
குறிப்பெழுத பேனாவைத் திறந்துவிட்டார்கள்
பஸ்நிறுத்த நீதிபதிகள்.
யதார்த்தத்தில் தலை நனைத்துத் தப்பித்தாயிற்று.
சந்தடியான சாலையில் எதிரே பிரம்மாண்டமான
குரங்கின் வினயப் பரிதாபம் கண்டு
பொங்கிய பதில் சிரிப்பை நெரித்து - அருகில்
நடந்து வந்துகொண்டிருந்த நீதிபதிகளிடம்
யாவும் ஒழுங்குபடிதான் அய்யா என இயல்பை
அறிக்கை செய்துகொண்டு நடந்தேன்.
உதிர்ந்த கூரிதழ்ப்பூவைக் கையிலெடுத்து

இப்படியானதுதான் அதன் பல் வரிசையென
சொல்வதற்குள்
நண்பனின் கண்கள் வழியே கூர்ந்த
நீதிபதியை ஏய்க்க அதை
கடவுள் படத்தின் மேலேயே செருகியாயிற்று.
யாரிடமோ எதுவோ பேசிக்கொண்டிருக்கையில்
உனக்கு இவ்வளவு தன்னிரக்கம்
தேவையற்றதென்றேன்.
துப்புக் கிடைத்த எதிர் நீதிபதி விழிப்படைந்து
விதிகளைத் துழாவியபடி
யாரைச் சொல்கிறீர்கள் எனக் கேட்கவும் -
அபராதமாய்
மதுவருந்த அழைத்து
சட்டப் புத்தகத்தினடியில் தலை நசுங்கவிருந்த
சகஜத்தைக் காப்பாற்றியழைத்துப் போனேன்.
மூன்றாவது பெக் பருகி முடித்ததும் பாரிலிருந்த
எல்லோருக்காகவும் சத்தமிட்டுச் சொன்னேன்
ஒரு மனிதக்குரங்கு தாவும் சித்திரம் எவ்வாறு
ஒரு சிறுமிக்கு
சிரிப்பூட்டியது என்பதை
குரங்குபோலவே விளக்கவும்
குடித்திருந்த நீதிபதிகள் என்னைப்போலவே
குறுக்கும் நெடுக்குமாய் தாவிச் சிரித்தார்கள்.

∎

சில நிமிடங்களில் யுகங்களுக்கு

இந்தக் குழந்தைக்கு நான்
சுவைக்கத் தருகிற மிட்டாய்
அனைத்துக் குழந்தைகளின் காலத்திலும்
இனிக்க வேண்டும்.
இக்குழந்தையின் இமைகளை வருடுகிறேன்,
என்றைக்கும் எந்த அருமையையும்
இவர்கள் தவறவிட மாட்டார்கள்.
அத்தனை கன்னங்களிலும்
இந்த முத்தம் பதிந்து
குறுஞ்சிரிப்பை மலர்த்தட்டும்.
எந்தக் கவலையுமற்று என்னோடு ஒன்றியிருக்கும்
இக்குழந்தையைப் போஷிக்கும் என்
அணைப்புக்கு வெளியே ஒருவரும் இல்லை.
இதுவரை பார்த்த குழந்தைகள்
அதற்கப்பாற்பட்டவை அனைத்தையும்
இச்சிறு சிரசில் கைவைத்து வாழ்த்துகிறேன்
அத்தனை வாழ்க்கையும் இதோ செப்பமாயிற்று.
அன்பே உன் பதம் இவ்வளவு இனிதா என
வைரமணி உலகு
ஒளிரும் பட்டைகளைத் திறக்கிறது.
யாருடைய குழந்தையோ
இந்தப் பேருந்து நெரிசலில்
என் மடியிலிருக்கிறது.
சில நிமிடங்களுக்குக் கிடைத்திருக்கிறது,
சீராட்டும் உரிமை.
மக்களே
என் நட்சத்திரங்களைத்தான்
உங்கள் வானத்துக்குக் கொடுத்திருக்கிறேன்.
ஒளியின் ஒரு ரேகை குறைந்தாலும்
நீங்கள்
பதில் சொல்லக் கடமைப்பட்டவர்கள்.
என் பொக்கிஷங்களுக்கு உங்களையே
காவலாட்களாக நியமித்திருக்கிறேன்
பாதுகாப்பாக வைத்திருங்கள்.

∎

மாலைநேர வீடு

ஒரு சின்னஞ்சிறுமி எதிர் முற்றத்தில்
அமர்ந்திருக்கிறாள் தனியாக.
நான் அஸ்திவாரம் தோண்டினேன்.
வேடிக்கைக்காக யாரோ அவள் முகத்தில்
பூசியிருந்த சிவப்புச் சாந்தைக் கண்டு
நிதானித்த பூனை பட்டென்று பயந்தோடியது
அவள் சிரித்தாள் - இப்பகுதிக் குழந்தைகளிடையே
மிக அழகாகச் சிரிப்பவள் அவள்.
அப்போது உருவான கற்களைக் கொண்டு
அஸ்திவாரத்தின் மீது கட்டத் தொடங்கினேன்.
மட்டையும் பந்துமாய் சிறுவர் குழாம் வந்தது.
தொடங்கிய விளையாட்டின் உற்சாகத்தில் - மேலும்
பிள்ளைகள் வந்து சேர்ந்தனர் அக்கம் பக்கத்திலிருந்து.
சிறுகச் சிறுக உருவானது என் வீடு.
எழும்பின கூச்சல் புழுதிப் புகை.
அந்த இரட்டை சடைக்காரி இருக்கிறாளே,
அவளின் சாதாரணப் பிரகாசம் இப்போது மகிழ்ச்சியில்
பன்மடங்காகப் பெருகுகிறது. பாருங்கள்,
இன்னும் நடை பழகாத ஒருவன்
தத்தித் தள்ளாடி வருவதை.
இடையைப் பக்கவாட்டில் சற்றே சாய்த்துக் கூனி
கைவிரல்களைப் பொருத்தமில்லாமல் விரித்து மடக்கி
கருப்பழகுச் சிறுமியிடம் எதையோ
அற்புதமாகச் சொல்கிறான்.
என் வீடு பூரணமாய் உருவாகிவிட்டது.

மிக விசாலமான தூய்மையான வீடு. அதில்
சிரிப்பதே செயலானவள் செல்வம் சேர்க்கிறாள்.
பந்து மட்டையில் படும்போதெல்லாம் ஊடுருவும்
பேரிரைச்சலுக்கு வீடு நெளிகிறது கூச்சத்துடன்.
பந்து பயணிக்கும் திசைகளில் கூட்டமாய் ஓடும்
குழந்தைகளை நோக்கியே தன் வாசலை
அடிக்கடி திருப்பிக்கொள்கிறது.
அவர்களின் வழக்குகளில், வசவுகளில்
புதுப்புது அறைகள் உண்டாயின.
ஆட்டத்தில் குழப்பம் விளைவிக்கவே ஆர்ப்பரிப்புடன்
மாடியிலிருந்து இறங்கி வருகிறான்,
துடியன் என்று பெயரெடுத்தவன்.
ஒவ்வொருவரையும் ரகசியமாய் அழைத்து
என் கையிலிருந்து
சாக்கலேட்டுகளை உண்ணச் செய்கிறேன்.
என் விரல்முனைகளில் பட்ட எச்சிலால்
இளங்குளிருடையதாயிற்று என் வீடு.
மாலை முடியும் நேரத்தில்
'கரும்பு திங்க வீட்டுக்குப் போறேன்'
என்று விடைபெற்றாள் ஒருத்தி.
வீடு என்ற சொல்லே விளையாட்டை முடித்தது.
என் வீட்டின் பகுதிகள் பிரிந்து பிரிந்து ஆயாசமாய்
அதனதன் வீட்டுக்குப் போயின - நான்
கதவைத் தாழிட்டுக்கொண்டு
வெட்டவெளியில் அமர்ந்தேன்.

∎

ஒரு மனிதன் முயலாக

ஸ்கர்ட்டின் கீழ் விளிம்பைக் கடித்தபடி
ஜட்டி தெரிய வாசலில் நிற்கிற
சிறுமி புவனா கேட்கிறாள்
'முயல் என்ன செய்கிறது?'
அவளைக் கவர்வதற்காக
அறையினுள் ரகசியமாக
ஒரு முயல் வளர்ப்பதாகச் சொல்லியிருந்தேன்.
'முயல் சாப்பிடுகிறது'
எனும் பதிலில் திருப்தியுற்றவளாய்
விளையாடப் போனாள்.
'எங்கே முயல்? காட்டு பார்க்கலாம்'
என்று அடுத்த நாள் வந்தாள்
ஆப்பிள் தின்றபடி.
'பெரிய முயல் கடித்துவிடும்' என்று சொல்ல
சந்தேகச் சிரிப்புடன் வெளியே போனாள்.
அவள் சொல்லித்தான் நான் முயல் வளர்ப்பது
மற்ற சிறுவர்களுக்கும் தெரிந்தது.
வாசலில் கூட்டமாய் வந்து நின்று
'என்ன செய்கிறது முயல்?' என்பவர்களுக்கு
பல தடவை அறைக்குள் எட்டிப் பார்த்து
முயல் பற்றிய நிலவரத்தைத் தெரிவித்தேன்.
நாளாக,
அப்படியொரு முயல் இங்கே இல்லை
எனும் உண்மை புரிந்தாலும்
நான் வீட்டைப் பூட்டிப் புறப்படும்போது
என்னையே முயலாக்கி
புவனா கேட்கிறாள்,
'முயல் எங்கே போகிறது?'
நீண்ட காதுகளை ஆட்டி
பஞ்சு ரோமத்தைச் சிலிர்த்து
மிரண்ட விழிகளால்
குறுகுறுப்பாகப் பார்த்து
முயல் சொல்கிறது...

∎

சூர்யாவின் கண்கள்

சூர்யா,
அபார ஒற்றுமையுடைய இரண்டு
குறும்புப் பூனைகளைப்போன்றவை உன் கண்கள்.
ஒரு அற்ப ஆச்சரியத்துக்கும்
உடலை உப்பிப் பெருக்கவைத்து அவை
ஒத்த நோக்கில் சிலிர்த்து நிற்கின்றன.
இமைகளைப் போர்த்திக்கொண்டு
களைப்பு நடிப்பவை
தொலைவெளிக்குப் பாய்கின்றன - அடுத்த கணம்
அருகான இலக்கில் அமர்கின்றன.
வியப்பின் நடனமாடி மகிழ்வின் பாடலும் பாடி
துள்ளியலையும் பூனைகள் உன்னிடம்
எதைக் கொண்டுவருகின்றன?
வருவதையெல்லாம் சேகரித்தா வைக்கிறாய் - அல்லது
கண்ட புதியதொன்றால் புறந்தள்ளுகிறாயா?
தம் மாபெரும் தொடர்பினால்
ஒவ்வொன்றையும் இணைத்து பூனைகள்
உறவை விரிவாக்கும் அறிவை நிறைக்கின்றனவா?
குழம்பிக் குவிந்து கிடக்கும் பியானோக் கட்டைகளை
இனந்தெரிந்து அவை மிதித்திசைத்துப் போகின்றனவா?
அவற்றின் துடிப்பொளிர்வோ
நெகிழ்ந்ததிர்ந்து குலைந்து சிதறுகிறது
நிறைந்து படர்ந்து முடிவிலாதபடி உயர்கிறது.
திரிபிலாத் தனிமைகளெங்கும்
ஈடிலா மெலிவுகளெங்கும் - சூர்யா
சாந்தம் மறைத்தனுப்புகிறாயா!
கனத்த மையல் பெருக்கா - உன்
வலுக்கும் பரிவா இந்தப் பூனைகள்?
உனையன்றி வேறெங்கும் வழியிடையில் நில்லாத நான்
என் தோளில் உன்னைச் சுமந்திருக்கிறேன்.
பூனைகளைப் பின்தொடர என்னால் இயலவில்லை.
என்னைக் கொஞ்சம் அறிமுகம் செய்துவை அவற்றுக்கு.
என்னையும் கண்டுகொள்ளட்டும் அல்லது
என் முகத்திலும் கால்கள் பதித்தேறி
எங்காவது போகட்டும்.
சூர்யா...
நான் காத்திருக்கின்ற பணியொன்றை
முற்றச்செய்.

∎

மூன்று

எழுதப்போகும் கடிதம் பற்றி...

அர்த்தமற்ற பொழுதுகளில்
கோர்த்துக்கொண்டிருந்த வார்த்தைகளால்
உனக்குக் கடிதமொன்று எழுதுவேன் - அது
கடந்த நிகழ்வுகளின் ஆறாத் தழும்புகளை
விளக்குவதாயிருக்கும் அல்லது
பரவிக் கிளைத்த பெருமரம் தாங்கிய
வேரும் விழுதுகளும் மக்கி மரமும் மடிந்ததன்
காரணம் கேட்டு வரும்.
குழம்பிய கதைகளைத் தெளிவுருவாக்கும்.
தெளிந்த பிம்பங் காட்டுவதை
அடியோடு கலக்கித் தேடும்.
எரிகின்றதில் நீராய் வீழ்ந்து
கருகியதுபோக மீதம் காக்கும் அல்லது,
எண்ணெய் வார்த்து வானெழும்பும்
தீப்புகையின் ஊடே அலையும்.
பதப் பிரயோகங்களின் பண்பாடு பற்றி
நிச்சயிக்க முடியாது.
சொற்றொடர்கள் முடிவடையாதிருந்தால் அது
எழுதும்போது ஏற்பட்ட பெருமூச்சால் கரைந்திருக்கலாம்.
தகவல்களில் தவறிருக்கலாம் - திருத்தங்கள்
தீர்ந்துபோனதால்.
அஸ்திவாரத்தைப் பெயர்த்துப்பார்த்தது யாரென்றும்
சுவர்களைத் தாங்கியதில் காயம்பட்டவர் யாரென்றும்
காண முயலமாட்டேன்.
கோபுரப் புறாக்களின் விலாப்புறக் கதகதப்பு

இருட்டுமரப் பொந்தாந்தையின்
பார்வைக் கனலாய்ப் பெயர்ந்ததை எழுதுவேன்.
உயிரொட்டி வளர்த்த பூவின்
திசையெட்டி வீசும் மணத்தை மட்டும்
அழித்துப்போன பெயர் தெரியா அரக்கனின்
சுவடுகளைச் சுட்டுவேன் - சிகரங்கள் சிதைந்து சிறு
குன்றுகளாய்க் குறுகிய கொடுமையைக் கூறுவேன்.
கடல் கிடந்த இடத்தில் இன்று
தோண்டத் தோண்ட துளியும் தோன்றாத
துயரத்தை அறிவிப்பேன்.
சூறையாகித் தோட்டம் தகர்த்த
தென்றலை வியந்து,
முயலின் முதுகில் வண்ண வரி விழுந்து
நீள வால் முளைத்து அது வலிவான உடல் முறுக்கி
வேட்டைக்குப் பாய்ந்த மாயத்தைக் குறிப்பிடுவேன்.
ஆணையிடுவேன், அடங்கிப் புதைந்திருப்பேன்.
குதிரை மீதேறி வாள் சுழற்றுவேன்.
நதிவேகமெதிர்த்து நீந்திக் காட்டுவேன்.
அழுக்குக் குட்டையினுள் மூழ்கித் திணறுவேன்.
கொக்கரிப்பேன். கூத்தாடுவேன். உறுதியிழந்து
உதவி கேட்டு ஒடிந்திருப்பேன்.
எழுதத் தொடங்கும்போது எல்லாமும் மறந்தாலும்
என் நெஞ்சில் ஒற்றியெடுத்த
உன் பெயரெழுதி வைப்பேன்,
விஷயங்கள் அனைத்தின்
ஒரு சொல் சுருக்கமாக.

■

என் புறாவின் விடுதலை

அண்டத்தின் வலுவெலாம் ஒன்றுகூடி வந்தாலும்
தகர்க்க இயலாச் சிறு வீட்டில்
கோடையின் காலைச் சூரியனிடமிருந்தும்
சிகர முனைகளிடமிருந்தும் பெற்ற
குளிர் வெளிச்சத்தைப் பரப்பியிருந்தேன் நிரந்தரமாக.
உன் விடைபெறுதலின் பொருட்டு
மனமதிரத் திறந்தேன் கதவை
உன்னை விடுவித்தேன். போய்வா!
கடல் மீது நீ பறந்து செல்கையில்
ஆர்வப்பட்ட அலைகள் எழும்பி
உன்னைத் தொட முயன்று தோற்கும்.
சோலைகள் ஆயிரமுண்டு.
எல்லையற்றுப் பாடிப் பறக்க விசாலப் பரப்புண்டு.
உன்போன்று வேடமிட்ட
ஊன் உண்ணும் பருந்துகள்
பின்தொடர்ந்து வந்தால் நீ அவற்றுடன்
பறக்காதிரு.
புல்வெளிகளில் இல்லை பாம்புகள்
என்றறிந்த பிறகே தரையிரங்கு - ஆயினும் கவனம்
வலைகள் மறைந்திருக்கும்.
நாசத்திலிருந்து தப்புவிக்கும்
நல்ல துணைகளுனக்கு நேரட்டும்.

பறப்பதில் ஒருபோதும் களைப்படையாதே.
மழை வந்தால் விரும்புகிற
கோபுரங்களில் இளைப்பாறலாம்.
இறுதிவரை கெடாதிருக்கட்டும்
உன் சிறகுகளின் சீர்மை.
இதோ தாவரங்கள் துளிர்க்க முனைகின்றன.
உனக்கேற்ற பருவம்தான்.
வானவில் தோன்றியிருப்பது நல்ல சகுனம்.
புறப்படு, போய்வா!
இத்தனைக் காலம் என்னிடமிருந்ததற்கு
வருந்தாமல் போய்வா.
பார்த்துச் சலித்து
பயணத்தில் சோர்ந்தாயானால்
வெல்வதற்கரியதாய் எதுவும்
உன்னை எதிர்கொண்டால்
திகைக்காதே,
உன் பழைய வீடு மறவாதிருந்தால்
சற்றும் தாமதியாது வந்துவிடு!
உன்னை எங்கிருந்து விடுவித்தேனோ
அங்கேதான் நின்றிருப்பேன்.

■

அப்போது அதன் உலகை
முற்றுகையிடும் நச்சுப் புகை.
மரங்களின் வேர்ப் புதர்கள் வெளி நிறைக்க
புவிக்குள்ளே திணறும் கிளைகளும் இலைகளும்.
ஆறுகளும் உடைப்பெடுத்து
மூழ்கும் அகாதம்.
அப்போது,
மரமுமற்று கூடுமற்றுப் போகுமந்தப் பறவை
இருளைக் குடைந்து வழி நெடுகக்
கதறலைப் புரளவிட்டு இலக்கின்றிப் பறக்கும்.
மலையில் இழுபட்டு
கற்கள் கிழித்த முகமாய்
உறுப்புகள் அறுந்து
அலைக்கழியும் ஜீவனை
காற்றின் வசங்கொடுத்து
எறும்புகள் ஊடுருவ
எங்காவது அழுகிக் கிடக்கும்.

■

என்னை யாரறிவார் உன்னையன்றி...
எல்லை விளிம்புகள் கடந்து
எங்கெங்கும் ஈரப் படிவங்களாக
இளம் பருவத்து வயதுகளை
முத்திரைக் கொடியாய்ப் பற்றி
ஒவ்வொரு ரோமத் துளையிலும்
ஓங்கிய கைகள் முளைத்து
திசைகளிலெல்லாம் நீண்டு போக...
என் தேடலுக்குட்பட்டதை
பைசாசங்கள் பதுக்கினவா...
தேவைப்படுகிறதென்று
தேவதைகள் மறைத்தனவா...
புலர்ந்த பொழுதில் புலம்பி விழித்து
அகால இரவில் கலங்கிக் கண்மூடி
நச்சு நாவுகளால் நாட்கள் தீண்ட
மரணத்தின் மணத்தை உயிருடன் நுகர்ந்து
குறுகிக் குற்றுயிராய் இப்போதும்
தவத்திலொன்றித் தேடும் ஒன்றை
உன்னையன்றி யாரறிவார் தோழி.

∎

சமுத்திரக் கரையில் நின்று
கூவியழைத்தேன்,
என் தடாகம் தவிக்கிறது
தாமரைகள் அமிழ்கின்றன
ஸ்படிக நீர் குழம்பி வற்றி
சேற்றுக் குட்டையானது
குட்டையிருந்த இடமும் தூர்ந்து
பொட்டல் திடலாகுமுன்
தப்பியோடிய தங்க மீனே - என்
தடாகத்துக்கே வந்துவிடு.
அலையோசை அடக்கியதா என் குரலை
அல்லது
பழகிய மொழியை உதறிற்றா மீன்?
நேசமெனும் ஒன்றைத் தவிர
வேற்று மொழி அறியாதவன் நான்.
அழைத்து அயர்ந்தேன் - உள்ளே
அடங்கிக் கிடக்கிறது மீன்.
வலு தேய்ந்த கூவல் முனகலாக...
கரையோரம் காத்திருக்கிறேன்.
ஒரு நிலவுக் காலத்தின் மகிழ்வுப் பெருக்கில்
நீர்ப் பரப்பின் மேலே பரவசமாய்
பொன் மின்னலெனத் துள்ளி விழும் என் மீன்.
அதை எனதாக்கும் முயற்சியில்
எரிந்துபோன இறுதியில்
எட்டியிருந்து பார்த்துவிட்டு
எட்டாத் தொலைவுக்கு
என்றைக்குமாய்ப் போய்விடுவேன்.

∎

தெருப் பெண்ணுக்கு

முதலில் உனக்குச் சில அங்குலங்கள் முன்பாக
இரண்டு
புவிமையப் புள்ளிகளையுடைய மார்புகள்
மாய முரசை ஒற்றை லயமாய்
மெத்தென ஒற்றிச் சொன்னதன் பேரில்
உன் முகம் பார்த்த என்னை
உன் அழகறைந்து நடுத்தெருவில்
நிறுத்திற்று சில நொடிகள்.
எதிர் வெயிலுக்குப் பணிந்த தலையுயர்த்தி
ஒரு சுவரை
ஒரு மரத்தைப் பார்த்து ஒதுங்குவதுபோல
என்னைக் கடந்து போகிறாய்.
நீ என்னைப் பார்த்த நேரம்
உன் சிந்தனையிலிருந்தவனுக்கு
இருந்த வேறு விஷயங்களுக்கு
உன்னதங் கிடைக்க வேண்டும்.
நான் போகவிருந்த இடத்தின் பொருள் முறிந்து
உனக்கு வலமிடமாயும்
முகமெதிரேவும் சூழ்ந்த மனதுடன்
பின்தொடர்ந்து வருகிறேன்.
முதுகில் புரளும் கூந்தல் பதாகை
என்னை வழிநடத்துகிறது.
உன் பாதங்களின் சீரான நிலப் பதிவுகளிலிருந்து
என் கற்பனையின் விடுதலை
சேய்மைக் கரங்கள் விரித்து
எனைத் தழுவ வருகிறது விரைந்து.
மீன்கொத்திப் பறவையின்
அலகுபட்ட நீர்த்தலமாய்
மெல்லதிர்கிறது உன் பின்புறம்.
என் மேல் காலம் இரக்கம் வைத்து
தன் அற்புதமான பாகத்திலிருந்து
உதிர்த்துக் கொடுக்கும் தருணங்கள்
ஏதாவது ஒரு படிக்கட்டில் - வாயிலில்
புகுந்து அஸ்தமிக்கப்போவதை
எதிர்பார்த்தபடியே பின்தொடர்கிறேன்.

■

நீர் விளையாட்டு

மலர்களின் கொடித் தண்டுகள்
காலில் சிக்கி மூழ்கடிக்கப்பார்க்கின்றன.
படர்ந்த நீர்த் தாவரங்களை
விலக்கி விலக்கி - உன்னை
தேடிக்கொண்டே நீந்துகிறேன்.
நீயோ
தோன்றும் இடத்தை
மாற்றியபடியிருக்கிறாய்.
நம் கவனத்துக்கும் அப்பால்
கரைகளில் உலர்த்தியிருந்த
வண்ணத் துணிகளை - துவைத்தவர்கள்
எடுத்துப் போய்விட்டார்கள்.
புல் மேய்ந்த பசுக்களும்
ஊருக்குள் திரும்பின.
நான் தோற்றேன்
வெளியே வா.
உன்னை இக்கணமே
தொட வேண்டும்போலிருக்கிறது.
நீருக்குள் பதுங்கிப் பதுங்கி
நீயும்
களைத்திருப்பாய்தானே!

∎

மறுபடியும்
வடு சுமந்து பிரிந்து
ஆண்டுகளான பிறகு
மேலும் மீந்திருந்த
அனைத்தையும் மறக்க வேண்டி
தூண்டிற்புழுத் தடயங்களைத்
தேடி அழித்தும் கடைசியாய்
உன் பழைய முகம் ஒன்றையும்
கிழிக்க வேண்டியிருந்தது.
கிழிபட்ட துணுக்குகள்
செயலின் குரூரத்தை
எதிர் கிடந்து வாதிட
வேலியின் விலகலில்
மெல்லத் தலை நுழைத்து அசைத்து
இடைவெளி பெரிதாக - உடல் நுழைத்து
மேயும் ஆடொன்றை மறுபடியும்
விரும்பத் தொடங்கிற்று என் தோட்டம்.

∎

முற்றுமற்றது

தான் மயங்கித் தீராத காதல்
இரவுக் கருவாழைப் பட்டையுரித்து நுகரும்
மனமேறியமர்ந்த கண்கள்
பஞ்சம் பிழைக்கப் பாய்கின்றன
என் மூளைச் சாறருந்தி தெருவோடு போகிற
அய்யோ என் பெருந்திருப் பெண்ணே,
உன் வதனம் திருப்பியொரு படையலிடு!
போதமுற்றி உன் நிழலோடு
புரண்டு போகிறதென் சித்தம்.
சுருதிக் கட்டைகளின் மீதுன்
பருவங்கூம்பிக் கட்டவிழும் யவனத் துளியொன்று
சொட்டியதிர்கிற ஓசையில்
மிரண்டொடுங்குகின்றன ஊழியலைகள்.
பகலிரவாய் எழுதிய பெண்ணின்
புறவரிப் படத்துக்கு - கற்பிதச் சூடுண்டு
முத்தங்கொண்ட நாணத்தில்
துவளும் தலையணை - கூடல்
போலச் செய்து இறுகும் பாறையில்
உன் உடல் பதிய
ஒளிப் பரல்கள் சிதறும் பாறையுடைந்து.
அடீ...
தயையொடு சம்பவி - அவாவுறு - முறுவலி
புணர்ச்சி விழை
பிரபஞ்சத் தாண்டவத்தில் என்
துணையாளாய் சகாயம் செய்.
காமத்தாலான புலித்தோல் மீதென்
நிஷ்டையும் நித்திரையும்.
தாடி விழுதுகள் ஒவ்வொன்றிலும்
தொட்டில் கட்டி ஆடும் பெண்கள்.
தான் மயங்கித் தீராது

■

ஒரு தோல்வி

பரவாயில்லை,
செரிப்பற்று இடரும் என் அன்பை
மறைவில் சென்று வாந்தியெடுத்துப் போ.
மறுபடியும் உன்னை
வேற்றுருவில் சந்திக்கையில்
உணரத் தராமலிருப்பதற்கு
என்னாலாகாது.
புறப்படும்போது பக்கத்து அறைத் தோழனாய் வந்து
வாசிப்பதற்கு ஏதேனும் கேட்க - என்
புத்தக அலமாரியைத் திறந்துவிட்டதை நினைவுகொள்.
இன்று காலையில்
பஸ்ஸிலிருந்த யாருடைய குழந்தையாகவோ நீ
என் சமிக்ஞையேற்று எதற்கு
பதிலுக்குச் சிரித்தாய்?
அன்றைக்கு நீயொரு ரயில் பாடகனாயிருந்தாய்
அந்த அதீத நெரிசலில்
பாடல் பிறக்கும் பாவம் காண
தள்ளித் திணறி பக்கம் வந்து நின்றூக்கியது
இப்போது சொல்கிறேன், நான்தான்.
சித்திரம் வரைந்து கேட்ட சிறுமியாயிருந்தாய்
வேறு வேறு நாட்களில்
வேறு பலராயிருந்தாய்.
முன் தென்படாத புதுத்தோற்றம்
இப்போதும் உனக்கு.
ஏற்குமென்றறிந்த பேதமையால் தந்தேன்.
ஏற்ற தருணம் காரணம்
பரிமாறுந் தோரணை ஒன்றுமில்லாமல்
கொழித்துக் கிடக்கும் நிலத்தடிக் கிழங்கெடுத்து
மண் துடைத்து
பெயர்த்தலில் கசியும் மகிழ்வின் நெடியோடு
பார்த்த மாத்திரத்திலேயே பங்கு வைத்தது.
முகஞ்சுளிக்க வேண்டாம்.
மறைவில் சென்று வாந்தியெடுத்து
வாய் கழுவிப் போ!

∎

கூட்டிசையுச்சம்

அவள் விழிமூடிப் பிரித்ததொரு இயல்பில்
இமைகளியற்றிய செங்கம்பளம்
சண்டைக்காளை செல்லும் வழியெதிரே.
கொம்புகள் தரை கிளற புழுதிச் சுழி
விரிக்கும் திரை.
பாய்ச்சலின் வீச்சினடியில் கம்பளம்
புணர்ச்சிப் பித்தான பெண்ணாகி வந்தது.
உடல் முறுக்கிச் சுழல்கின்ற
தசை மணம் கனத்த மதியின்
பசித்துளைத் திறப்பின் வழி
விடுபட்ட தோட்டாக்கள்
எதிர்த்தடித்து வீழ்த்திற்றவளை.
தோளிலிருந்து ஒரு கை
தொடையிலிருந்து ஒரு கை
அழுந்தத் தடவி அள்ளிச் சேர்த்து
முலையுச்சியில் முட்டிக் குவிந்தன
அது தொழுத நிலை.
உச்சந்தலையில் வீழ்ந்த காமமுருகி
கிளை பிரிந்திறங்கும் வெந்த வரிகளுக்கிடையில்
சொந்தச் சரும நிறம் எங்கேயுமில்லை.

மூச்சுகளதிரும் வியர்வைத் தோல் தளத்தில்
நெம்பி நாவுகளெழுதிய
மதம் பொழியும் மௌனப் பிளிறல் மொழி.
தலைப்பு நீர் வளையம்
சேர்ப்பிக்க இடம் பார்த்து
முன்னகர்த்திப் போகும் பெண்ணுடல் நீந்து நாகம்
செம்மைச் சிறு நகப் பதிவுகளாய்
அந்தரங்கத்திலிட்டது. தனிமைச் சபை நாயகி
ஆரோகண எழும்புதல்களை யாசித்தாள் மேலும்.
எல்லையற்று நீளும் வயலின் 'போ' முனையில்
பட்டுடைந்த துருவப் பனி முகட்டுச் சிதல்
சிமிழுக்குள்ளிறங்கி
இளைப்பாறிக் கரைகிறது.
கவுண்டருக்குள்ளிருந்து அவள்
சாந்தமாகவே டிக்கெட் கொடுத்தாள்
பெற்றகன்று
வழியோரம் துப்பிய எச்சில்
விழுந்தது விந்தென.

∎

ஒரு சொல்

காதல் கடிதம் எழுதுவது
மிகவும் சுலபமானது.
பதற்றம் - வியர்வை
வார்த்தைத் தேர்வுகளுக்கான
கால விரயம்
நிறைவற்ற சோர்வு
ஒன்றும் தேவையில்லை.
கிடைத்தற்கரிய வார்த்தைகளால்
மிகச் சிறந்த காதல் கடிதம்
நீ காகிதம் தேடிய
அருமையான சூழலில் எழுதப்பட்டுவிட்டது.
நீ அந்தக் கடிதத்திலிருந்து
ஒரு வரியை
அல்லது ஒரு வார்த்தையை
அவளுக்குச் சொல்.
எழுதப்பட்ட கடிதம் உன்
நினைவுக்கு வரவேண்டிய
அவசியமில்லை.
நீ எதைச் சொன்னாலும் அது
கடிதத்தில் எழுதப்பட்டதாகவே இருக்கும்.
நீ சரியாகச் செய்ய வேண்டியது
இதுமட்டும்தான்.
சொல்,
மொழிகளையெல்லாம் உருக்கி வார்த்த
ஒன்றே ஒன்று
என்றான பிரயோகமாக.
பிறகு அந்தக் கடிதத்தின்
மற்ற விவரங்களை
அவள் உனக்குச் சொல்லத் தொடங்குவாள்.

∎

இரவுகளின் நிழற்படம்

அப்போதுதான் முடிந்திருந்த என் கவிதையை
வாசிப்பிற்கிடையில்
பிடுங்கிக் கிழித்தெறிவாய் - நான்
விழியுயர்த்திப் புன்னகைப்பேன்.
வெறிகொண்டு
பேனாவை முறிப்பாய் - அதற்கு
மறுப்புக் கூறாதிருப்பேன்.
என் அபத்தச் செயல்களின்
கீழ்மை பற்றி
ஆவேசமாய்ச் சிதறுகிற
உன் வார்த்தைகளுக்கு
பதிலற்றுப்போயிருப்பேன்.
என் இயலாமைக் குணத்தின்
திரை விலக்கிக் காட்டி
அயல் வீட்டு ஆண்களுடன்
ஒப்பிட்டுக் குமைவாய் - நான்
தலையசைத்து ஆமோதிப்பேன்.
என் நிர்வகிப்பின்
மெத்தனத்தைச் சாடி
கனவுப் போர்வையை
உதறச் சொல்வாய்.
இருக்கை விட்டெழுந்து உன்
நெற்றி நீர்ப் புள்ளிகள் துடைப்பேன்.
என் அறியாமை கலைக்கும்
பிரசங்கத்தில் களைத்து
இறுதியில் எரிச்சலுடன்
இனியெதுவும் எழுதக் கூடாதென்று
உத்தரவிட்டு உறங்கப் போவாய்.
நாளின் இறுதி முத்தத்திற்காக
உன் சிரம் வருடி
எழுப்ப நினைப்பேன்.
உன் அயர்ந்த சுவாசம்
தேவைகளற்றிருக்கும்.
துயிலும் என் கவிதையை
நின்றுகொண்டே பார்ப்பேன்
உள்ளே சில கவிதைகள்
அப்போதுதான் விழித்தெழும்.

∎

எதிரி

நெருப்பிலிட்ட கோழிக்குஞ்சு
தன் குளிரகன்றதற்காக நன்றி சொல்லுமா?
தன்னைத் தரையோடறைந்து பற்றி
மலப்புழை வழியே குடலுருவும் காகத்திடம்
சுகானுபவம் இதென்று சிலாகிக்குமா சுண்டெலி?
முட்டையிட்டு மூடிவைத்த மணலிடத்தை
ஆக்கிரமிக்கும் அழிவிடம் நலம் பாராட்டி
ஆமை நட்புகொள்ளுமா?
என் வெறிபிடித்த உள்ளொளிக்கு
ஊடுவழி ஒன்றுகூட வைக்காமல்
உடைத்து நிற்பவளே விலகிப்போ!
என் மின்னல்களை ஏவினேன் - அவற்றை நீ
இடிதாங்கிக் கைகளால் சோப்புக் கட்டியாக மாற்றி
தேய்த்துக் கரைத்துவிட்டாய்.
வெட்கமுற்றுச் சினந்தெதிர்க்கும்
என் எரிமலைக் குழம்பைத் தொட்டு
உதட்டுக்குச் சாயமேற்றுகிறாய் - என் சூரியன்
உன்னைப் பயப்படுத்தப் பாய்ச்சிய பிரகாசத்திலிருந்து
பற்பசை செய்துகொண்டாய்.
உன் அறியாததொரு அடிவைப்பில்
பாதம் கறைபட்டால் அடுத்த அடியிலேயே
தூய நீர்க்குட்டை வந்துவிடுகிறது.
ஏதோ திகைப்பில் உன் ஒரு சொல் பிறழ்ந்தால்
மறுசொல்லில் தேவன் நின்று சரிசெய்துவிடுகிறான்.
உன் பார்வையில் பட்ட காட்சி நோகுமானால்
அதற்கருகாமைக் காட்சியே அற்புதமாகிறது.
எல்லாம் உன் பட்சமாயிருக்கிற பலம் உனக்கு.
உன் அகந்தைக் கூந்தல் உலர்த்தவே உதவுகிறது
மீண்டும் மீண்டும் நான் திரட்டும் ஆக்ரோஷம்.
ஒவ்வொரு நாளும் நானறியாமல்
என் எலும்புகளுக்குள் கந்தகம் கெட்டித்து
திரியாகத் திணிக்கப்பட்ட நரம்புகளைப் பற்றவைத்து
வெடித்து விளையாடுபவளே
விலகிப்போ.

■

தொலைவான ஓரிரவு

என் அம்மா...
உன் ஒரு முலையிலிருந்து மறு முலைக்கு
என் உதடுகளை மாற்றிக்கொள்ளும் நேரமிது.
பிரிவென்று கருதாதே.

என் தமக்கையே நெடுவழியில் நான்
உன் சுட்டுவிரல் விட்டு நடுவிரல்
பற்றிக்கொள்ளும் பொழுது இது.
தீண்டலற்ற இடை நொடி
தனிமையோ என்று திகைக்காதே.

என் தங்கையே உன்னைத் தியானிக்கும்
என் மனம் இமைக்கும் தருணமிது.
அச்சமய இருட்டில்
நீ மிரளாதிரு.

உறங்கு என் மகளே
தோள் மாற்றிச் சுமக்கவே உன்னை
என் நெஞ்சிலிருந்து அகற்றுகிறேன்.
ஐயோ இது விலகலோ என்று
திடுக்கிட்டு விழித்துவிடாதே.

சகலமுமான என் பிரியமே
இன்று நாளெல்லாம் உன் நினைவால்
எத்தனை முறை மனம் ததும்பி
கண்ணீர் வரப்பார்த்தது...

∎

பெண்ணைப் பற்றிக் கடவுள் சிந்திக்கத் தொடங்கினானே
அப்போதுதான் நான் அவனை உணர்ந்தேன்.
கோடிக் கற்பனையில் யுகங்கள் மூழ்கியிருந்து
அவளுக்கொரு வடிவைப் புன்னகையுடன் தேர்ந்தானே
அப்போதுதான் அவனை அறிந்துகொண்டேன்.
அவளை அவ்விதமே தீர்மானித்ததற்காக
முற்று முழுக்கவும் அவனை நம்பினேன்.
தன் முடிவில் எந்தத் தடுமாற்றமுமின்றி
அப்படியே அவளைப் பிறப்பித்தானே, அதனால்
வெகுவான மரியாதை அவன் மீது கூடிக்கூடி வந்தது.
பருவத்தின் கொடை சுமந்து போகும் பெண்களை
எங்கு கண்டாலும்
வழங்கிய பெரும் வள்ளன்மைக்காக
அவ்விடங்களிலேயே அவனைத் தொழுதேன்.
ஆன்மாவின் கூட்டுக்குள் ஒரு துளி ஒளி சொட்டி
வெளியும் கொள்ளாத காதலைத் திறந்தான்,
நோன்பிருந்து என் பொழுதுகளில் அவனைப் போற்றினேன்.
அவனே காமத்திலிருந்து உய்வித்தான் எனவே
அவன் அடிமையாய் தாசனாய் ஆராதகனாய் ஆகினேன்.
எனக்கொரு சின்னஞ்சிறு மகள் பிறந்தாள்
நானும் கடவுளுக்குரிய தகுதியடைந்துவிட்டேன்.

∎

துக்கத்தின் கூட்டிலிருந்து
புறப்பட்ட தேனீக்கள் இணைந்து
கரும்பட்டுத் துகிலெனப் பறக்கின்றன - அவை
வெளி நிறைத்து நிற்கும் அரூபச் சிற்பமொன்றை
ஈரத்துணி உடல் ஒட்டுவதைப்போல்
பகுதி பகுதியாகப் போர்த்திப் பிரியவும்
துலங்கிய உரு மறைந்தது.
மறைந்திருந்தது துலங்கியது.
முகத்தில் படிந்து அடையாளம் காட்டிய
கடைசித் தவணையில்
என் தவிப்பைக் கண்டு நீ நகைத்துவிட்டாய்.
கலைந்து பறந்தன தேனீக்கள்.
முடிவதற்குச் சற்று முன்பே
உன்னைக் காட்டிக்கொண்டாலும்
கனவுகளில் உன்னையறியும் சவாலில்
இம்முறையும் நான் வென்றேன்.

■

விழித்ததும் உன்னை நினைத்துக்கொள்வது
மிகவும் மகிழ்ச்சியளிக்கிறது. ஏனெனில்
நேற்றிரவு கனவில் நீ தோன்றி மிச்சமுள்ள உறக்கத்தை
எச் சிரமுமற்ற எளியதாக்கினாய்.
காலக் களைப்பெல்லாம் நீர்த்தொழுகிப் போக
புதியவனாய்ப் புத்தம் புது அதிகாலையில் எழுந்தேன்.
மரங்களின் சிரங்கள் இளங்கதிரில்
சூடிய பொன் மகுடத்தோடு நாள் தொடங்கிற்று.
அறைக்குள் உதிர்ந்து தரை தொடாமல்
சிலந்தி வலைக்குள் சிக்கியிருந்த சருகுகளை
விடுவித்த பக்குவம் ஒவ்வொரு இலையையும் நலம்
விசாரித்து
தண்ணீராய் உருகி விழுந்தது செடித் தொட்டியில்.
இனியும் வாழ்ந்துவிடலாம் என்று உரத்த
புலனாகா வகையொன்று எதிர்ப்படும் சிறாரை
எதைச் சாக்கிட்டாவது தீண்டிவிடுகிறது வாழ்த்துகளாக.
தனியறையில்
மின்விசிறியின் லயத்துக்குப் பாதங்களின் தாளம்.
பல்லியின் சத்தத்திற்கு அத்தொனியிலேயே பதில்.
அடிக்கடி பொங்கும் திரைச்சீலை
வருடும் விழியால் நெகிழ்ந்தடங்குகிறது.
சன்னலுக்குள் எட்டிப் பார்த்த மலர்
நிலை மீள்கிறது வணக்கம் பெற்று.
கடிகாரத்தைப் பார்த்து செவிகூர்ந்த கணத்தில்
கூவுகிறது தொலைவு ரயில்.

மெல்லிய
தூரத்து மணி ஓசையையும் ஆமோதித்து
இமைகள் தாழ்கின்றன.
ஒருபிடிச் சோற்றை வாசலில் வைக்கவும்
பறவைகள் வந்து சூழவும் சரியாயிருக்கிறது.
இந்தக் காற்றுக்கு தோட்டத்து மரத்தின் எந்தக் கிளை
எப்படிச் செயல்படுமென அந்நேரம் அறிந்த நான்,
மரத்தடியில் கை விரித்து தலைகுனிய நின்றேன்.
சின்னச் சரசரப்பு - பின் சரியாக
என் கையில் வந்தமர்கிறது உச்சியில் பழுத்த கனி.
மேகத்தின் நாடி நோக்கி நிலவரமறிந்து
சூரியனின் தன்மை மாறுவதை உணர்ந்து
பூமி தன்னைத்தானே சுற்றுவதுபோல
விழிகள் மூடிச் சுற்றிக்கொண்டிருந்தேன்
என்னை நானே.
நின்று முகமுயர்த்தித் திறந்த பார்வை நிலைத்தது,
அப்போதுதான் தோன்றிய வானவில் மீது.
மிகவும் நன்றாயிருக்கிறது இன்றைய உலகம்
நன்றியெல்லாம் உனக்கன்றி யாருக்கு.

∎

பர்தா அணிந்த பெண் வீடு திரும்புகிறாள்.
நடைவழியில்
செருப்புச் சத்தம் கேட்கிறது.
எதிர்மாடிக்குச் செல்லும் படிக்கட்டுகளில்
ஐந்தை மட்டுமே காட்சியாக்கும் என் சன்னலை
நெருங்கி நின்றேன் அவசரமாக.
காட்சி வரையறுத்த படிகளில் வைத்து
வெகு நாட்களாகப் பழகிவருகிறேன் அவள் பாதங்களுடன்.
காலைப் பொழுதில் நான்தானே அவற்றை
வழியனுப்பி வைத்தேன்.
அந்த விரல்கள் ஒவ்வொன்றுக்கும் பிரத்தியேக உயிர்கள்.
பத்தும் எப்போதும் கவிழ்ந்து படுத்த குழந்தைகளென
தனித்தனி முலைகளிலிருந்து ஒன்றாய் அழகருந்தி
அபூர்வமாகிக்கொண்டிருக்கின்றன.
அவள் படிக்கட்டை நெருங்கிவிட்டாள்.
விரைந்து வழக்கம்போல் முதல் படியில்
என் நாசியை வைத்தேன்.
வேகமான வெப்ப மென்காற்று
பாதங்களின் தூசியை இதமாகக் களைந்தது.
அடுத்த படியில் என் உதடுகள் கிடந்து
மிச்சமிருந்த அழுக்கையும் அறவே நீக்கிவிட்டன.
தேய்த்து தேய்த்து பாதங்களை மெருகிட்டன,
மூன்றாம் படியில் என் கண்கள்.
நான்காவதாக விரிந்திருந்த என் காதுமடல்களில்
கால்களை
அழுந்தத் துடைத்துக்கொண்டு
களைப்பெல்லாம் நீங்கி மகிழ்வூக்கம் பெற்றாளவள்.
ஐந்தாம் படியான என் நெஞ்சில் ஏறி நின்று
கால்களசைத்து செருப்புகளைக் கழற்றுகையில்
அண்ணாந்து பார்த்தேன் உள்ளங்கால்களின் வெண்மையை.
இன்றிரவும் தலைசாய்க்க
இரு துண்டு மேகங்களைச் சம்பாதித்தேன்.

■

அவள் பூக்களை மிக விரும்புபவள்
என்றறிந்த பிறகு நான்
அநேக ரோஜாத் தோட்டங்களைச்
சந்திக்கத் தொடங்கினேன்.
சூரியகாந்திப்பூக்கள் பகலவனைப் பார்ப்பதுபோல
கொய்துபோக மன்றாடி அனைத்து ரோஜாக்களும்
என் வசம் திரும்பும்.
கனவுப் புன்னகையில் உறங்கும் குழந்தைகளை
இடம் மாற்றிக் கிடத்துவதுபோல மிகப் பதனமாகத்
தூரத் தொலைவிலிருந்தெல்லாம் கொண்டுவருவேன்.
வருகையில் வெயில், வெப்பங்கொண்டு கருக்கப்பார்க்கும்.
துவளச் செய்யும் மழையிடமிருந்தும்,
வசீகரத்துக்கு ஆட்பட்டு அவற்றை யாசிக்கும்
பலரிடமிருந்தும்,
மீட்டு வருவேன் என் ஆன்மாவின் அரணுக்குள் வைத்து.
மணம் உணர்ந்து வாயில் திறக்கும் அவள்
நெடுமலையொன்றின் தோளில்
தவழ்ந்து வந்து பொதிந்து கிடக்கின்ற
மஞ்சுகளைத் தன் நெஞ்சில் ஏந்துவதெனக் குளிர்வாள்.
முட்களும் அடர்புதர்களும் என் உடல் கீறிய பாடுகளை
மறைப்பதாக நடித்தபடி,
மலர்களின் வாசனையை அவற்றின் அபூர்வத்தை,
சிருங்காரத்தை
பெருமை பொங்கச்
சொல்லிப் பூரிப்பேன் நான்.

தன் ரகசியங்களின்பால் கவனம்
சற்றே விலகிய ஆழ்துயிலில்
அவள் உதடுகளூரசத் தலையணை
மலர்க்குவியலாகக் கண்டேன்.
துளிர்க்கும் வியர்வை சின்னஞ்சிறு மொட்டுகளாகவே
படுக்கையில் சிதறக் கண்டேன்.
காற்றிலடித்து வந்து அவள் முகம் படிந்த சருகு
அவள் உறக்க விரல்கள் தீண்டியகற்றுகையில்
மலராகி விழுந்தது.

■

மிருகக்காட்சி

கூண்டுக்குள்தான் என்னைச் சந்திக்க
இயலுகிறது உனக்கு.
நான் வெளியே நின்றால்
அடையாளம் தெரியாமல் போய்விடுகிறது.
ஓய்வுப் பொழுதில் வெளியே நின்று வேடிக்கை பார்க்க
நீ வருகிறாய்.
என் மனமும் உடலும் தாங்காத வித்தைகள் பலவற்றை
அந்நேரம் நிகழ்த்தி உன்னை ஆனந்தப்படுத்துகிறேன்.
என்னைக் காட்டுவதற்கு நீ
மற்றவர்களையும் அழைத்து வரும்போது
அவர்களுக்குப் பரவசமேற்படும் விதமாய்
என்னை வருத்திக்கொள்கிறேன்.
அடுத்தடுத்த சந்திப்பில் என் சில தடங்களை அறிந்த நீ
மற்றவர்களுக்கு விளக்குவதிலும் திறமை பெறுகிறாய்.
நீ இயல்பாயிருந்தால் கம்பிகளின் இடைவெளியில்
அற்பத் தின்பண்டங்களைக் கொடுப்பதோடு,
சற்று நல்ல மனநிலையிலிருந்தால்
சில பூக்களை என் மீது எறிந்து பெருமைப்படுத்துவதோடு,
இன்னும் அருள் கூடியிருந்தால் கை நீட்டி
நகத்தினால் என் சருமத்தைத் தொட முயல்வதாய்
எனக்கு ஆசை காட்டுவதோடு
உன் கருணையில் நிறைவுகொண்டு
திரும்பிவிடுகிறாய்.
உனக்குச் சலிப்புத் தட்டாதபடி
உன் அடுத்த வருகைக்காக நானும் கூண்டும்
புதிதாக மாறிக்கொண்டோம்.

∎

தரிசனம்

ஒரு பாவமும் அறியாத நீ
சும்மா இருப்பதைத் தவிர
வேறெதுவும் செய்யவில்லை.
தூரத்திலிருந்து நான் உன்னை
அடையாளம் கண்டுகொண்ட அதேபோது
முழுக் கடலையும் கைப்பற்ற வீசியெறிந்த வலையாக
உச்சியிலிருந்து மிதந்திறங்குகிறாய் என்னைக் குறித்து.
கண்ணுக்கெட்டியவரை வலை கூடாரமாகக் கவிழ்வதைக்
காண்கிறேன் சுவாசம் இடற.
வந்தேவிட்டது இவ்வேளை எதிர்பாராமல்.
ஏற்பின்றி எதிர்ப்பின்றி சிறைப்பட்டன மொத்தமும்.
பட்டுப்பட்டு தேற்றி வைத்திருந்தேன்.
துளித்துளியாய் சேகரித்திருந்தேன்.
சிறுகச்சிறுக உருவாக்கியிருந்தேன்.
வழியிடையில் தட்டிப் பறிக்கவில்லை நீ.
அத்துமீறிக் கவரவில்லை.
ஏதுமறியாத நீ
எதற்கும் காரணமுமல்ல.
உன்னைக் கடந்து போவதின் மிகக் கொடூரமான பகுதியாக
உனக்கு நேராக நான் வந்தபோது
மாரடைத்து நோகாது
வலிப்பினால் மூர்ச்சையாகாது
மனம் மரத்து உடல் இயங்கிற்று.
ஒரு கடைசிப் பிரயத்தனம்,
அனிச்சைப் பெருந்துடிப்பு,
இறுதியிறுதியாக ஓர் உந்துதல்...
சிறு மீனாகத் துள்ளி உன்னைக் கடந்து வீழ்ந்தேன்.
தூரத்தில் திரும்புகையில்
வெகு இயல்பாக மாசற்றுத் துலங்கியது
உன்னுருவம்.
இந்தளவேனும் மீந்த நான்
உன்னையே ஒரு தடாகமாக
உமிழ்ந்து வாழ்வேன் அதில்.

∎

நீ பிரிவு சொல்கிறாய்...
பரவாயில்லை போய்வா.
ஊனமுற்ற பாலகனை
படித்துறையில் அமர்த்தி
நதி இறங்கிச் சிறுகச் சிறுக
கரைந்து போகிறாய் வெகுதூரம்.
மேகம் திரண்டு
மழை வருவதுபோலிருக்கிறது.
இவ்வளவு காலம்
என் உடனுறைந்த தயைக்கு
நான் ஓயாது நன்றி சொல்கையில்
சட்டென்று வந்து என் கண்ணீருடன்
ஆர்த்துக் கலக்கிறது மழை.
என் உயிரனைத்தும்
உணர்வனைத்தும் வாழ்வனைத்தும்
ஓரழைப்பாய் ஒடுங்கிட அதை
மகா முத்திரையென
ஓங்கியறைகிறேன் நதி மீது.
'என் அன்பே...'
மீன்களனைத்திலும் பதிகிறது
பொற்சின்னமாக அச்சொல்.
அத்தனை அத்தனை சிற்றலைகளிலும்
ஒளி ததும்பத் துள்ளுகிறது அது.
ஒவ்வொரு மண் துகளிலும்
கூழாங்கற்களிலும் அதை
எழுதிச் செல்கிறது நீரோட்டம்.
நீ எங்கு கரையேறினாய் அன்பே...
உன் உடலூறிய நதி ஈரம் உலரும்போது
உன்னையறியாமல் என்னையும் உதிர்த்திருப்பாய்.
நடையியலாத கால்களும்
திரும்பும் வழி மறந்த மனதுமாய்
நதியையே
உற்றுப் பார்த்திருக்கிறேன்.
∎

அகால நேரத்தில் அழைப்பது நாகரிகமில்லை, அறிவேன்.
முதன் முறையாக இப்படி நேர்கிறது.
அடைபடத் தயாரான புறநகர் பூத்திலிருந்து பேச
முயல்கிறேன்.
சிற்றெழுச்சிகளாகத் தோன்றி ஒன்றோடொன்று கைகோர்த்து
கேபிள் வழியே புரண்டோடும் என் அழைப்புகளின்
ரீங்காரம்
உன்னை வசீகரிக்க வேண்டிச் செவிமடுக்கிறேன்.
சலிப்படைந்த கடைக்காரர் நேரமாகிறது என்று முனகுகிறார்.

என்னுள் பாறைகள் கோடிகொள்ளும், உனக்கோ
தூசு பொறுக்காத சுவாசம்.
துணைக் கன்றாக என்னை நடத்தான்
உன் பக்கத்தில் பள்ளம் தோண்டுகிறேன்.
லாவகமற்ற மண்வெட்டி உன் வேர்களைச் சீண்டியது
நான் சற்றும் எதிர்பாராதது.

பசித்த தேவதைக்கும் படையலுக்குமிடையில்
வழிமறித்தேனோ,
தெருவோரச் சிறுமியின் பூத்தட்டை
உதைத்தானே போலிஸ்காரன் -
மண் படிந்த பூக்களைப் பயந்து பொறுக்கியவளுக்கு
உதவாமல் வந்ததாலோ,
உன் இமைப்பேழைகள் நிறைந்தொழுகக் காரணமானேன்.
உன் கண்களுக்குள் அங்குமிங்கும் எட்டி ஈரம் கொய்து
துளிகளாகத் திரண்ட வலி என் பதுங்கிடங்களைத் தூர்க்கிறது.
சுய நிந்தனைக்குள் தள்ளாதே நான்
உன்னைச் சேர்ந்தவனல்லவா!

தாவித் தாவி எண்கள் அழுத்தும்
என் விரல் போக்கு சிருஷ்டித்த ஒழுங்கற்ற நட்சத்திரங்கள்
அங்கே ஒளியூற்றி உன் உறக்கம் கலைக்கட்டும்.
உன் தாமதத்தால் படகு தத்தளிக்கிறது - துள்ளி
உள்ளே விழுகின்றன
நதியில் கரைத்த சிதைச் சாம்பலை உமிழும் மீன்கள்.
சுழன்று நடனமாடும் கத்தரிக்கோல் இந்தக் காத்திருப்பு
நம்பிக்கை இணைப்புகளைத் துண்டித்து
உன் மறுப்பாகத் துளைக்கிறது.

கொன்ற காக்கையின் அலகிலிருந்து தவறி என்னால்
சமுத்திரக் கரையில் நல்லடக்கம் செய்யப்பட்ட
சின்னஞ்சிறு குருவிதான் உன் செவி வருடி
உணர்த்தியிருக்கும்...
கடைசியில்
உன் அன்பின் கரம் பற்றிய வார்த்தைகள்
தயங்கித் தயங்கி வருகின்றன என்னை நோக்கி.

என்னை வெளியேற்ற எழுந்த கடைக்காரர்
புத்தம் புதிய உரையாடல் தொடங்கியவுடன்
ஒரு சிகரெட்டைப் பற்றவைத்துக் காத்திருக்கிறார்.
வளையத்துக்குள் வளையமாய் உட்குழிந்து அமர்ந்த சிகரம்
சுருக்கங்கள் நீங்கி எழுகிறது மெதுவாக.

∎

என் புதைகுழிகள்

என் உடலென்று ஆனது ஏக்கத்தின் கண்ணீர்.
என் உயிராக நிறைந்தது
கணப் பொழுதும் விலகாது சிரமழுத்தும்,
பெருமோகத்தின் கண்ணீர் வெப்பம்.
அமைந்தது என் மனதாய்
உன் இருப்பு தரும் மலைப்பு.
அன்புருகிய கண்ணீரே
என் கண்களாய் நிலைக்க,
நீளும் என் இறைஞ்சுதலின்
துயரூறும் கண்ணீர்
என் வியர்வையெனத் துளிர்க்கிறது.
உடை கடந்து அழகையும் தடை கடந்து மனதையும்
அணுகத் துடித்துத் தோற்கும் கண்ணீர்
என் நாட்களாகக் கழிகிறது.
உன் ஒவ்வொரு அணுவுடனும் தனித்தனியே
அதிபூரணமாய்க் கலக்கும் தருணத்துக்குக் காத்திருக்கும்
காலகாலக் கண்ணீரே என்
வாழ்வென்று கிடக்கிறது.
காதலிக்கும் பிறவிக்கடனை இதயத்திலிருந்து
நொடிப்பொழுதும் அகற்ற முடியாத
இயலாமையின் கண்ணீரே,
வழியெல்லாம் எனக்கான
புதைகுழிகளைச் சமைக்கிறது.

∎

அநேகமாய்
வெயிலற்ற ஒரு பொழுதில் - உன்
வீடுள்ள தெரு வழியே - நான்
என்றாவது நடக்க நேரிடும்.
உள்ளே நீ என்ன செய்துகொண்டிருந்தாலும்
எதுவும் உன்னை
வாசலுக்குத் தள்ளாதிருக்கட்டும்.
உன் முகம் பார்த்த பின்னும்
காலெடுக்கக் கூடாதெனக்கு.
அப்படியாகும்போது துறவிக்கு
தானமென்று கொடுத்து
உள்மறைந்து போ.
உணர்ந்து பெயர் கூவி
அணைக்கிற ஆசையோடு
நெருங்கிவிடாதே
அதோடு என் பயணம் முடிந்துவிடும்.
∎

முதல் சந்திப்பில் உன் முன்னால்
ஒரு வண்ணத்துப்பூச்சியின் சிறகினை
நான் பிய்த்தெறிந்தது பற்றி
எனக்கொன்றும் கவலையில்லை.
பலநூறு வண்ணத்துப்பூச்சிகளும்
பறவைகளும் மலர்களும்
மரங்களுமுடைய என் தோட்டத்தில்
உன்னைக் குறித்து எதுவும் தெரியாமல்
அனுமதிக்க முடியாது.
பிய்ந்த சிறகுகளுக்கான ரத்தம்
உன்னிடமிருந்து ஒழுகுவதைப்
பார்க்க வேண்டும் நான்.
∎

காற்று எங்கோ
கடல் கொந்தளிப்பு உருவாக்கியிருக்கும்போலிருக்கிறது.
எந்த ஊரிலாவது
புயலாய் ஆடியிருக்கும்போலிருக்கிறது.
அல்லது குறைந்தபட்சம்
ஒரு சிறுவனின் பட்டத்து நூலையாவது
அறுத்துவிட்டிருக்கும்போலிருக்கிறது - அது
குற்ற உணர்ச்சியில் குமைந்து
கைகளைப் பிசைந்தபடி இத்திடலில் உலவும்போது
தோழியுடன் பேசிக்கொண்டிருக்கும்
உன்னைப் பார்த்தது - உன்னையே கவனித்து
தொலைவில் அமர்ந்திருக்கும் என்னையும் பார்த்தது.
உடனே
நெற்றிக்குத் தள்ளியது உன் காதோர சிகையை.
ஒதுக்கிவிடத் திரும்பிய நீ
உன் தோழிக்குத் தெரியாமல் என்னைப் பார்க்கிறாய்.
பலதடவை இப்படிக் கலைத்தபோதெல்லாம்
நீ என்னைப் பார்த்தாய்.
போதுமா என்றது காற்று - நான்
போய்வா என்றனுப்பினேன்.
தோழியை முன்விட்டு நீ
சற்றே பின்தங்கி தயங்கித் திரும்புகையில் - காற்று
நம்பிக்கையைச் சலசலக்கிறது மரங்களூடே.
பாவத்துக்கொரு பரிகாரம் செய்யும் பதற்றத்தில்
அது என்னைப் பலியிட்டுப் போய்விட்டது.

∎

செய்தி அனுப்பிச் சொற்ப நேரமாகிறது - நீ
இந்நேரம் துடித்திறங்கி வந்திருக்க வேண்டும்.
அலட்சியமா என்னிடம் - நெரிப்பேன் நின்
நீலகண்டம். சடையறுப்பேன்.
நீ கெட்டகேட்டுக்கு கங்கைவேறு தலையில்.
கேட்பதற்கு ஆளில்லை என்று
எங்காவது போய்க் கிடக்காதே.
இதோ அழைக்கிறேன் வந்து நின்று ஏவல் செய்.
கொலுசணிந்த பெண் குறித்து
நான் கவிதை எழுத வேண்டியிருக்கிறது.
மயானச் சாம்பலையெல்லாம்
துடைக்க மறந்து வந்தாயானால்
தொலைந்தாய் நீ!
முடிவிற் சேர்ந்தேன் ஒரு காதலின் சன்னிதானம்.
பூஜை முறை எதுவும் தெரியாத
முரடனாயிற்றே நான்.
கவிதையில் என் ஆவியைக் கடத்தி வைத்து
அர்ப்பணிக்க வேண்டும் அவளுக்கு.
என் மொழி முதிர உதவி செய்.
வசை மொழிந்தேன் என வருந்தாதே.
செல்லக் கொஞ்சலை செலுத்திப் பார்த்தேன்.
நான் கலைஞன், நீ கடவுள்.
காலம் கடந்தும் நாம் இருப்போமாகையால்
உதவி செய்து ஒத்திருப்போம்
ஒருவருக்கொருவர்.
என் காகிதங்களில் வந்து கட்டுண்டு கிட.
வரைகின்ற வார்த்தைகளையெல்லாம்
விசையுறச் செய்.
வரும்போது உன் நந்தியையும் நாகத்தையும்
அழைத்து வா -
அடிக்கடி சிகரெட்டும் டீயும் வாங்கிவர
அவையும் எனக்கு வேண்டும்.

∎

காதலெனும் பேறு சற்று முன்பு
என்னைத் தீண்டியது தோழனே...
அடுக்குமாடிக் குடியிருப்பல்ல என் இதயம்
அதன் முகப்பில்
படிக்கட்டுகளோ கதவுகளோ இல்லை எனவே
வெளியிலிருந்து ஒரு காலை எடுத்து வைத்து
மிகச் சரளமாக உள் நுழைந்தது காதல்.
அது வரும்போது நான் விழித்திருந்தேன்
கொலுசொலி கேட்டுத் திரும்பினேன்
நொடியின் நூறு பங்கிலொன்றில்
சரியாகக் கண்டுகொண்டேன்
அதுவேதான் அதுவன்றி வேறில்லை.
என்னிடம் இருந்ததையும் இல்லாததையும் கொண்டு
முடிந்தவரையிலும் முடியாதவரையிலும்
நான் அதை உபசரித்தேன்.
என் எளிமையால் துடைத்துச் சுத்தமாக்கிய
துதிபீடத்தில் ஏற்றினேன்.
ஆனால் அது ஒப்பவில்லை.
இன்னும் அனேகருக்கு
தீட்சையளிக்க வேண்டியிருந்ததால்
வந்த வேகத்தில் விடைபெற்றது.
துயரம் கிடந்தது அதற்கு மாற்றாக பீடத்தில்.
அதனிடமிருந்து வந்தது இதுவானபடியால்
தொழுதே ஆக வேண்டும் நான் துயரத்தையும்.
காதல் தோன்றியபோது தொடுத்த இன்பத்தை
வரையறுக்கின்ற வார்த்தைகள் ஏதும்
உன்னிடமுண்டா தோழனே?
மெய்யாகவே
என் வாழ்நாளைக் கொடுத்து
வாங்கிக்கொள்கிறேன் அவற்றை.

∎

சிறு குரலில் பேசிய உன் கொலுசு
விடுத்த வடிவம் என் நெஞ்சில் வைசூரி
வலிக்காமல் இனிதுறையும்.
இன்றுன்னைக் காணாத
வேதனை வேறுவிதம் - அதில்
மூழ்கியெழுந்தும் திக்பிரமை.
கிடைத்தற்கரியதைப்போல் திருடிச்
சூடின சூழ்ந்ததெல்லாம் - ஆயினும் குறையாமல்
அப்படியே உள்ளது திகைப்பு.
இன்று யாருக்குமே
சொல்லுக்குச் சரியாக ஸ்வரப்படவில்லை சைகை.
பட்டம் விடுவதற்கு மொட்டை மாடியில்
இடம் கேட்ட சிறுவர்கள்
அவதூறுகளைச் சுமந்து குழு பிரிந்தனர்.
எந்தப் பெண்ணிடமிருந்தும் எனக்கு
நற்தொண்டாற்ற வரவில்லை உன் சாயலின் ஒரு சதவிகிதமும்.
இணை சேர்ந்து நகரும் சிவப்புப் பூச்சிகளை
சாலையோடு சைக்கிள் சக்கரங்கள்
விளையாட்டுச் செலவாய்ச் சிதைக்கின்றன.
வெறுத்து மேகத்திரை இழுத்து
மறைந்தான் சூரியன்.
கடும் விரக்திக் கோடை மழை ஒழுகி
கட்டடச் சுவர்களில் சோர்வு நீர்ச் சலவை.
நடந்தால் ஈரத் தரையில் தடம் பதியுமெனத் தயங்கி

கடைப் படிக்கட்டில் காத்திருக்கிறேன்
கொஞ்சம் திடம் வருவதற்கு.
நான் இறந்த குழந்தை - என் உதடுகளை
கன்னத்தோடு ஒற்றிக்கொண்டால்
முத்தம் பெற்றதாகிவிடாதென்று புரிந்து என்னைக்
கைவிடுகிற இன்றின் முற்றத்தில் -
முன்னால் சென்ற ஆட்டோவிலிருந்து விழுந்த ரோஜா
அடுத்து வந்த பேருந்தினடியில் சிக்கியது
ரத்தம் தெறிக்காத தூரத்திற்கோடினேன்.
இன்றின் மையத்தில்
வாய் திறந்த முயலாய் அமைந்த குப்பைத் தொட்டியில்
அணையாத சிகரெட்டை வீசிச் சென்றார்கள்.
தொண்டைச் சூடுற்ற முயலைக் காணாதிருக்க
முகம் மறைத்த கைக்குட்டையில்
கண்களைக் கிழிக்கின்றன காட்டெருதுகளின் நாவுகள்.
முடியும் அகாலத்தில்
தலைக்கு மேல் சுழலும் மின்விசிறி தன்
மெத்தச் சுடுவியர்வையால் துளைக்குமோ என்னை?
வலிக்காமல் இனிதுறையும் வைசூரித் தெம்புக்கு
உன் பார்வைப் புழக்கமற்ற தினங்கள் பலவும்
தாங்கும் தகுதியுண்டு.
இடையிடையே நீ தெளிய வைத்தால்
தண்ணீராவது பருகிக்கொள்வேன்.

■

நீ என்னை ஏறிட்டுப் பார்த்தாய்
உன் பார்வை எனும் எஸ்கலேட்டர் படிகள் இயங்கின.
வழிகாட்டும் வரைபடத்தை வழங்கின கொலுசுகள்.
நான் நின்றதுதான் தெரியும் நெடுந்தொலைவு நீங்கினேன்.
வந்த இடமொரு வதை முகாம் - அங்கே
கொல்லும் கருவிகளின் கூட்டத்தில்
கறுப்புப் புள்ளியிட்ட சுரிதாரும் உண்டு.
உச்சிக்கிளை இலவங்காய் வெடித்து - பஞ்சுப் பிசிறு
மெல்ல நிலமணைவதுபோல்
சிமெண்டுத் தரையின் சிகையொப்பனை
சிதையாதபடிபோலும் நடந்தாய்
அதைக் கண்ட பிறகுமா நான் பிழைத்திருப்பேன்.
ரூப அரூபங்கள் எல்லை பிரிகின்ற பாங்கை
நடையென்று சொன்னால் அது தவறு.
உன் கொலுசொலி நிரம்பிய கடல் இந்த வராண்டா.
கணுக்கால் காற்றுந்த சின்ன
அலைகளென ஒதுங்கியசைகிறதே புடவை.
உதித்தபோது உணரவில்லை - உன் நெற்றியில்
நிலைத்தபோதே நோக்கினேன்,
சீதளச் சூரியன் சுருங்கியதாய் ஒரு பொட்டு.

நடை வழியில் நான் நிறுத்தியிருந்த
கிரகிப்புத் தூண்களெல்லாம் - உன்
ஒயில் தாளாமல் வீழ்ந்தன. நானும் வீழ்ந்தேன்,
கம்ப்யூட்டருக்கு முன் உள்ள இருக்கையில்
நீ அமர்கிற விமரிசையில்.
பெருமுனிவன் தவவலியால்
மன்றாடிப் பெற்ற அனுக்கிரகத் தூசுகளை
உள்ளங்கையில் வைத்து ஊதினான் - அவை
லிப்ட் மூலம் கட்டடத்தின்
இரண்டாம் தளம் வந்து இருக்கையில் படிந்தன,
அமர்ந்தது நீயில்லை.
உன் பெண்மைப் பிரபஞ்சத்தில்
காதலின் முதல் பிரணவம் ஓதினேன்
விம்மும் அதன் விழுதுகள் எல்லாம்
உன்னைச் சிறையெடுக்க விரைகின்றன
தப்பி மறைந்துவிட முடியாது மாதேவி - நீ
செல்லும் இடமெல்லாம் காட்டித் தரும் கொலுசுகள்
அதைக் கழற்றவும் இயலாதபடி
காவல் கடமையாற்றும் கருணையின் கண்களுக்கு
இமைகளேயில்லை.

■

பெரிதினும் பெரிதான சோதி
பெண்கள் விடுதியில் தஞ்சம் - தன்
அவதார மகிமையுணராது
பேருந்து நெரிசலில் அடைந்து வரும்.
ஒலி உபதேச நூலின் பக்கங்களை
நடையில் பறக்கவிடும் கொலுசுகள்.
கேசச் சுருள் பிரிந்து
நுதலில் நளினமாட நுழைகையில்
பேராலயமாய்ப் பெயரெடுக்க எனக்கு
பக்தி பக்குவம் போதாதோ என
ஏ.சி. முனகலாய் அழும் அலுவலகம்.
எல்லையற்ற ஏக தத்துவம் -
கம்ப்யூட்டருக்கும் கதவுகளுக்கும்
வருந்திக் காத்திருக்கும் எனக்கும்
சமமாய்ப் பகிரும் கனிந்த பார்வை.
வேதகோஷப் பறவைகள்
அதைச் சுற்றி வருகின்றன - தானொரு
விக்ரகம் என்பது விளங்காமலே
விளையாட்டாய்ப் பேசிப் போகும்.
சிரஞ்சீவிக் கீர்த்தனை சிறிதே உணவுகொள்ள
கீர்த்தி வட்டம் தெளியும்
கேண்டீனுக்கு உள்ளும் புறமும்.

படைப்பும் நிலையும் செயலும்
மல்லிப்பூக்களாய் ஆரோகணித்த
என் சஞ்சார தேசம் -
அறிவின் உட்கிடையடுக்குகள் அனைத்தும் முயன்று
குறிப்பாலும் கொள்ள முடியாது களைத்த
நுண்மா நுண்மையின் திருமேனி,
நிற்கும்போதும் அமரும்போதும் அதன்
பின்னணியாய் அமைந்து அருகதை பெற
பொருட்கள் தவிக்கின்றன.
கொன்ற கலியுடலே வளைகளான கரம்
அடக்கமாய்
காகிதத்தில் ஏதோ எழுதுகிறது.
தாளில் பிரதிபலித்த தியானப் பெருமை
பார்த்திருந்த என்னையும்
பிரசித்தனாக்கியது.
இவ்வுலகில் - இப்பிறவியில் - இப்போதே
நிகழும் அதிசயத்தின் அருகிலிருக்க
அனுமதி பெற்றேன்.
எனக்கு மட்டுமே புரிந்தது அதன் பரிபாஷை.

■

அன்று குளித்தது
மண்ணோடும் விண்ணோடும் தொடர்பற்ற
ஒருவகை நீரால்.
வாயிலோடு சென்றவர்கள்
கனவானுக்குச் சொல்வதைப்போல்
வணக்கம் தெரிவித்து - குழந்தையிடம்
கொஞ்சுவதைப்போலக் கேட்டார்கள்,
'முடிந்ததா வாழ்வின் முதல் குளியல்?'
நகரத்தின் அனைத்து வீடுகளின்
கதவுகளையும் தட்டி,
'நான் எப்போதேனும் உங்களுக்கு
குற்றமிழைத்திருந்தேனாயின்
இப்போதே தண்டித்துவிடுங்கள் - நாளையே நான்
நிரபராதியாக வேண்டியிருக்கிறது'
என்று நெகிழ்ந்து நேற்றிரவு
கேட்டுக்கொள்ள விரும்பியதை
அறிந்திருந்தனர் அனைவரும்.
அழுக்கான பழைய உடை
உறவையும் மரியாதையையும்
இப்போதுதான் காட்டுகிறது,
'வேண்டுமானால் அருமையானவனே
உன் உடலில் படாமல் ஓரிரு இழை தூரம்

விலகியே இருந்து மறைக்கட்டுமா?'
'வேண்டாம், என் பொருட்டு உன்
வழக்கம் மாற்றாதே' என்றேன்.
பரவசம் மட்டுமே செல்லும்படி
இடுங்கியிருந்தது உணவுக் குழாய்.
ஒரு மிடறு பழச்சாறு பருகிய பின்
உதடு துடைத்த விரல்களில்
முன்னம் முதலில் குடித்த முலைப்பால் வாடை.
வீசிய காற்றைச் சாக்கிட்டு
மூடிய அறைக் கதவு
தெருச் சகுனம் பார்த்து திருப்தியுடன் திறந்தது.
நீள வாய்ப்பாக வந்தது ரயில்.
'உயர்ந்தவனே படிக்கட்டில் நின்று வராதே.
உள்ளே வந்தமர்ந்து எனக்கு உதவி செய் - நீ
செல்லும் காரியம் நானறிவேன்' என்றது,
ஓடும் ஓசைக்கிடையில்.
இது மிகப் பெரிய கட்டடத்தின் வாயில்.
இங்குதான் அவள் என்னை
சந்திப்பதாகச் சொல்லியிருந்தாள்.
உடல் அணுப்பிராணிகளின் பல்லாயிரம் செவிகள்
காத்திருக்கின்றன கொலுசொலிக்க.

∎

காலகாலமாய்க் கேட்டுக்கொண்டிருந்த
காதல் பெண்ணைக் கண்டேன் காலதேவா
அடையாளத்திற்கென்று நீ கொடுத்தனுப்பிய
இலச்சினை இருந்து அவளிடம். நன்றி!
அவள் நடக்கிற நீள் வராண்டா
என் காதல் ரசச் சரடு.
படுத்திருந்த மஞ்சள் வெயிலில் பாதங்கள் பதித்தாள்.
நான் உற்றறியவே வந்த உருவின்
கொலுசொலி துய்த்தேன்.
இது பொறுக்க முடியாத நன்மை - பொங்கட்டும்
இனி தரிப்பதற்கில்லையொரு பாத்திரம்.
அருட்களஞ்சியம் அணுகிற்று - அகக்காம்புகள்
சுரக்கத் துடித்தன புலமை.
மகா சுவை பின்புலத்தில் மேல் நோக்கு
மோகம் உரக்க - புன்னெறிச் சந்நதமடங்கிற்று,
செழித்த புனிதம் அவள்.
ஆற்றுவித்தது நல்ல தாபம் அசாந்தியில்லை - தேவா
காலாந்திரக் கீழ்நிலை கொன்றன கொலுசுகள்.
சொல்லுக உடனே - அந்தச் சொற்களில்
சுகம் பெறுவேன் என்றது பேரியற்கை.
கனவுகளில் கற்று வைத்த மந்திரம் சொன்னேன்.
சென்ற ஆயுளெல்லாம் செதுக்கு வேலை செய்து வைத்த
சங்கற்பமொன்று சமர்ப்பித்தேன்.
ஆழப் பொருள் அமைவு அமைதியின்றி
அள்ளி இறைத்தேன் என் அருநிதியம்.
பாவம் நீ! முட்டாளே, உனக்கு
புரியும்படியாகவே சொல்கிறேன் கேள்,
ஒடுக்கிப் பிடித்தும் ஓங்கிய பதற்றத்துடன்
உன்னை எனக்குப் பிடித்திருக்கிறது என்றேன்
என்ன உதவி வேண்டும் என்கிறாள் அவள்.
தேவா...
உன் கிண்டல் நகைக்கங்குகள் தீய்க்கின்றன.
உன் தயாளத்தின் தாதுநாடி இறுகுகிறது என் கழுத்தில்.
கால தேவா...
கவிப்பிறவி நான் - களைப்புண்டாக்க
முடியுமா உன்னால்?

∎

இரவில் இதயத்தின்
ஒவ்வொரு துடிப்புக்கும் உன் கனம்.
பல நூறு துடிப்புகள் ஓடஓடத் துரத்தியடிக்கின்றன.
காப்பாற்றிக்கொள்ள முடியவில்லை, விட்டுவிடு.
மலிவான கலவைதான் என் உடல்.
புறக்கணிக்கப்பட்டு தங்கிப்போனதுதான்
ஆன்மாவென எனக்குத் தரப்பட்டது.
குன்றுகளின் தவளைப் பாய்ச்சலுக்குக் களமல்ல இது.
ஒற்றை வரத்தையும் தவறுதலாகப் பிரயோகித்து
வீடென்றடைந்தது மணற்கடிகாரமென
பொழியும் மரணத்தில் மூழ்கும்போது புரிகிறது.
போர்முனை வாளாக மாபெரும் இரவுகளைச் சுழற்றி
நீ துண்டித்து விளையாடாமல் இருந்தால் - நான்
இன்னும் கொஞ்சம் நாள் இருந்துவிட்டுப் போவேன்.
இரவுச் சிரிஞ்சிலிருந்து உன் விரல்களாலே செலுத்தப்படுவது
வெளிக் கசிந்துவிடாமல் காக்கிறது என்னைப் பொதிந்த பகல்.
இரவு
இளக இளக அதனின்று கழன்ற
இணைப்புத் திருகாணிகளாக நீ வீழ்ந்து உண்டான
துளைகளில்
புரிதற் கையேட்டின் சில பக்கங்களும் ஒழுகி ஒழிந்தன.
இரவு
தன் கூந்தலாக என் குடலைப் பின்னலிடுகிறது
பறித்து வைத்திருக்கிற பசியைக் கொடு பூவாகச் சூடட்டும்.
இரவு
உன்னை அறிவித்து எத்திருப்பங்களிலும்
எழுதி வைத்திருக்கும் சுவர்கள் சூழ்கின்றன
நான் தஞ்சமடையத் தட்டிய கனவு வீடுகளின் கதவுகளில்
எண்களாக நீ எதிர்கொள்கிறாய்.

இரவு
கெட்ட புத்தி புகட்டப்பட்டதால்
சீராகப் பரவும் யோக்கியதையைக்கூட இழந்தது.
என் திமிறல்களைப் பொருட்படுத்தாது கனிவு புகாக் காட்டு
நிறத்தைத்
தடவித் திருப்தியடைந்த பின் தூரிகை கழுவிய நீரை
பட்டும் படாமலும் தெளிக்கிறது சுற்றிலும்.
உனக்கான ஊஞ்சல்களாக
நீ என்னுள் தோற்றுவித்துக்கொண்டிருக்கும் பெருமூச்சுகள்
நிலவின் சீழ் - வீணையின் ரத்த வாந்தி
எல்லாத் துளைகளிலும் மலப்பெருக்கு
நட்சத்திரங்களிலிருந்து நீ தொங்கவிட்டிருக்கின்ற
தூக்குக் கயிறுகள்
காதலின் விதைப்பையை யானைக்கால் மிதிக்கப்
பீறிட்ட திரவம்
விட்டுவிடு நான் பலகீனன்.
தனதல்லாத ஒரு துளியென என்னைக் கருதத் தொடங்கிய
கடல்
திரும்பத் திரும்ப அலைகளை ஏவி
அவமானகரமாய் கரையொதுக்குகிறது.
என்னைக் கரையவிடு.
ரணத்தில் கிடந்து நார்பிடித்த சொற்கள் இவை.
புரியவில்லை என்று போகாதே - நன்கு
சவரம் செய்த வார்த்தைகள் சாத்தியமே இல்லை.
விளிம்புகளற்ற பிரபஞ்சக் காகிதத்தில்
விவரிக்கிற கருணைமனுவாக
'காப்பாற்று' என்பதை மட்டும் நீ
விளங்கிக்கொண்டால் போதும்
இன்னும் கொஞ்சம் நாள் இருப்பேன்.

∎

நகரத்தின் திசைகள் என் மரணப் பணிவிடையாக
கீழ்வானில் எடுத்தாள்கின்றன
உன் குதிகால்களுக்குரிய சிவப்பை.
நீ இல்லாத இடத்திலும் சுவையுதவும் பாதஸ்வரத்தை
விழுங்கிய வேற்றொலிப் பகைவளத்தின்
இறுமாப்பை ஒற்றறிந்தேன்,
யாரோ தவறவிட்ட சூன்ய சம்பாதனையை
என்னுடையதாக்கத் திட்டமிடுகிறது.

இடிச் சமூகமணிவித்த தடித்த பூட்சுகள்
என் தேடலின் மீது ஓடுகின்றன - நல்ல
தையல்காரனாக வந்து அளவெடுத்தது எதுவோ
அது மறைவில்
தச்சுப் பணியாளாகி எனக்கு சவப்பெட்டி செய்கிறது.
கன்னத்துப் பருவாக ஆஷ்டிரேவுக்குள் கிடக்கிறேன்
சாம்பலைத் துப்பி வாய் சிவக்க
வந்து வந்து போகிறது சிகரெட் - உன்
முலையடிவார வியர்வைச் சதுப்பின்
கதகதப்பைச் சொல்கிறது சாம்பலும்.

தேர்வெழுதச் சென்று வினாத்தாளின்
தவறுகளை மட்டும்
திருத்திக் கொடுத்துவிட்டு வந்தபோதுமில்லை
உடைமையின் பெயர் தெரியாத யோனியில்
லிங்கத் திரியிட்டுச் சுடர்ந்தபோதுமில்லை
வயிறு எனும் தசைப் பந்தாய் முழு உடலும் குறுகி
முட்களால் உதைபட்டு
சாலைகளில் உருண்டபோதுமில்லை
உன் கொலுசொலியை மேய்ந்தபோது, கடவுளே!
இடையிடையேயிருந்த
காதலின் இலைகளையும் மென்றுவிட்டேன்.
சுவாசம் மட்டுமே நிகர எடையாகி அப்போதுதான்
அணுக்கூர்மைக்கும் விகாசத்துக்கும் இடையில் - ஒரு
அம்புக்குறியின் தலைப் பாகமாக சுழலத் தொடங்கினேன்.
நீ விடைபெற்றபோது உடைந்த
ஒளிவட்டங்களுக்கு மாற்றாக
பற்சக்கரங்களைக் கொண்டு பயணிக்க முடியாது
குறுக்கெழுத்துப் போட்டியின் கட்டங்களில் சில
மிச்சமிருப்பதுபோல்தான் தோன்றுகிறது.

∎

உன் முத்திரையிடப்பட்டிருக்கும் நாணயங்களை நாட்களாக
ஒளித்துச் செலவழிக்கிறேன் - நான் மென்று துப்பிய
சக்கைகளாக
கடைவாய்ப் பற்களின் கொண்டாட்டத் தடங்களுடன்
செல்லும் சாலைகளிலெல்லாம் சிதறினாய்.
மிதிப்பவர்களின் மறதி உன் வழிப்பறிக்கஞ்சி
தானாகத் தவறவிடும் தகவல், அவர்களுக்கு
காதலைக் கோர்க்கும்.
ஊர் ஒதுங்கிய விளைநிலங்களின் இடையில் நின்று
சலவை செய்து தொடர்ந்து நீ அனுப்பும்
நம் முதல் அந்தியை உடுத்துகிறேன் இன்றும்.
உடுத்தும் முன்பு
புரிபடாமல் மின்னிற்று சித்திரப் பொற்தையல்.
இரவில் கூடும் அதன் பொருள்,
நீ என்னைச் சிந்தித்த சோர்வுடன்
அமர்ந்திருப்பதாய் அமையுமானால் - அந்த நாற்காலி
எத்தனை சென்டிமீட்டர் உன் பின்புறத்தை
உள் அழுத்திக்கொண்டிருக்கும்.

கால்மேல் காலிட்டிருப்பதால்
எப்படியெல்லாம் நெருங்கிக் குழைவுபடும் யோனி.
முலை மதர்ப்பில் திணறுகிறது மேசை முகம்
கவிழாமல் நிமிர்ந்தமர்.
தேக சஞ்சாரத்துக்கிடையில் என் நாவு
அடிக்கடி தங்கிப் போகும் தொப்புள்குழியை
மடங்கவிடுவது எனக்குச் செய்யும் மரியாதையாகாது.
உன் முதுகுத்தண்டு
என் குறியின் அம்சமாய் உன்னை நிறுத்துகையில்
அதை வளைத்து வருத்தாதே.
இடுப்புத் தசைப்பிதுக்கச் சிறுவேகத் தடை பிறகும்
புகமுடியாத என் விரல்கள் திரும்பி வந்து
புகார் செய்கின்றன என்னிடம் - புடவை
இறுக்கத்தைக் கொஞ்சம் தளர்த்திவிடு.
உன் செறிவு மிகாமலிருப்பதற்காக
இடப்பட்ட இருபது முற்றுப்புள்ளிகளில்
ஐந்தைச் சூடிய விரல்கள்
மூப்படைந்த நாட்டத்துக்குக் கடிதமெழுத
மேசை இழுப்பறைக்குள் காகிதம் தேடுகின்றன.
வெப்ப மையெழுதிய கோடையின் கண்கள்
இமையடைத்தபோது ஈன்ற தளிராய்
வழங்கட்டும் உன் வரிகளை விரைவில் என்னிடம்.

■

மறுபடியும் வந்திருக்கிறேன்
உன் வீடுள்ள தெருவை இம்முறையும் கண்டுபிடித்தேன்
தெருமுனைக் கடையில் டீ அருந்திக் கூடுதலாக
ஒரு சிகரெட் புகைக்கும் நேரமே தாமதித்தேன்
நீ பணி முடிந்து திரும்பும்போது எதிர்ப்பட்டுவிடக் கூடாது என்பதற்காக
ஓய்வு நாளாகப் பார்த்து வந்திருக்கிறேன்.
கனவில் நீ மரமாக நேற்று தோன்றினாய்
எதிர்ப்பதுபோல் தழுவும் இலையடர்த்தியை விலக்கி
உடல் கீறும் கிளைகளைப் பற்றியேறினேன்.
தாக்குவதுபோல் பூங்கொத்துகளை வீசி
தொட்டுக்கொள்கிறாய் என் ரத்தத்தை.
உன் அடங்காத ஆசையினால் மேலும்
அவ்வளவு கிளைகள் தோன்றின - அவ்வளவையும் அணைத்து
ஆவேசமாக நான் மேலேறினேன்.
பலம் தீர்ந்தும் பரவசம் மேலும் கிளைகள் கேட்கிறது.
என் களைப்பில் கவனம் வைத்து நீ கிளைப்பதை
நிறுத்தினாய்.

உச்சிக்கிளையில் நான் அமர விந்து பொங்கியது
உன் உடலின் ஒரு இடமும் விடாமல் அது பரவுகிறது
நீதான் தடவிக்கொள்கிறாய்.
விந்து பட்ட இடமெல்லாம் நிறம் வெளிற ஒரு
ஸ்படிக மரமானாய்.
உச்சிக்கிளையை மெல்ல வளைத்து
தரையில் சிந்திய ஒரு துளியையும் நீ உறிஞ்சும்போது
நாற்காலியிலிருந்து எழுந்து நிற்பதுபோல்
தரைக்கு வந்தேன்.
உன் ஸ்படிக உடல் ஊடுருவி
வெளியைப் பார்த்ததுபோலவே - இந்தக் கட்டடங்களை ஊடுருவி
உன் சமீபம் உணர்கிறேன்.
எப்போதாவது நீ கனவில் வருகிறாய் - நான்
வெகுதொலைவு கடந்து இங்கு நின்றுவிட்டுப் போகிறேன்.
சென்றமுறை திரும்பிப் போக முடியாமல்
அகாலத்தில் குடித்த மதுவெல்லாம் கண்ணீராய் வழிய
இந்த ஊரின் தெருக்களை விடியும்வரை
வலம் வந்ததுபோலன்றி
பேருந்து நிலையத்தில் அமர்ந்து இதை எழுதக்கூடிய அளவுக்கு
துக்கம் குறைந்திருக்கிறது.

■

மனிதம் சேகரித்த மகத்துவங்களைக் காப்பவன்
மறந்திருந்தானோ - நீ விடுபட்டு
வீதிவழி வந்தாய்.
கடவுள் விரல்கள் காட்டும் அபிநயங்களின்
அர்த்தங்கள் அறியாதவர்களுக்குதவ உன் கொலுசு
தூண்டற்குறிப்புகளை வாரிச் சொரிந்தது.
அதிலொன்றை
கணிதக் கிருமிகளால் தொல்லை எதுவுமின்றி
வெளி விழுங்கிக் கிடந்த நான் எடுக்கக் குனிந்தேன்
பெட்டிக்குள்ளிட்டு குலுக்கப்படுகிற வண்டாக
ஓங்கார சுழற்சி வீழ்த்தியது
காதற்கிரகத்துள்.
குனிந்தபோது தாழ்ந்த
என் கொம்புகள் மீதும் தழும்புகள்.
ஒவ்வொன்றுக்கும் ஒதுக்கப்பட்ட
வலி அளவை ஒப்பாமல்
ஒட்டுமொத்தமாய்ப் பறித்துக்கொள்ள
தழும்புகளுக்கிடையே போராட்டம்.
இதற்கொரு பரிகாரம் தேடி உன்னிடம் வந்தேன்.
உன் வள்ளல் கண்கள் பரிவு காட்டின.
அமைதியெனும் உன் பணியாளனோ
ஒவ்வொரு தடவையும் மிகுதுயரளித்தான்.
செப்பனிட விழையும் என் சிந்தனைக்குள்ளும்
கொலுசுமணி இசைத் தான்யங்களை
சாமர்த்தியமாகச் செலுத்திப் போனாய் நீ.
உண்டுபோக மிச்சமிருந்ததை
ஊன்றி வைத்தேன் நிலத்தில்.
பிரிவால் எரியும் என் சிதைக்கு
கொலுசு ஓசைப் பயிர் கருகி
நிஷ்களங்க நெய்யூற்றுகிறது - மிக
உச்சத்தில் எழுந்து அடங்கிக்கொண்டிருக்கும்
புகையின் முனையில் என் உதடுகள்
உன் இருப்பிடத்தின் கதவுகளை
முத்தமிட்டுத் திரும்பியிருக்கிறது.

∎

கடலோடு காந்தர்வம் - கரை
மணலோடு கலந்ததென் மாமிசம்.
வதம்தான் தான்யத் தோலுரித்தலும் - அதற்கு
தண்டனை உண்டு வேதத்தில்.
மொட்டை வலிந்து மலர்த்திப் பூவாக்கி
பெரிய விலைக்கு விற்றவள் நீ.
அறியாத் தோரணை
போதும் திகட்டுகிறது - முன்னும் பின்னுமான
தலைமுறைகளுக்குப் போதுமான திட்டங்கள் உன்னிடம்.
எனக்கு நிர்வாகியாக
நாசத்தை நியமித்தாய்.
இருப்பு நுகர்ச்சி தள்ளுபடியாயிற்று.
ஓரினப் புணர்ச்சியிலிறங்கினோம்
நானும் மதுவும்.
மோனத்தாழிகளில் பருவமடைந்த
பிணக்கச் சக்கரங்களுக்கு
அறிவுப் பலகணிகள் பாதையாகப் படுத்திருக்க
காலத்தின் தாளக்கிரமம் கலைத்து
எங்கும் நிற்காமல் ரயிலோடுகிறது.
தாங்கும் உன் சக்தி மீது சந்தேகம் எனவே
தந்தவற்றைத் திருப்பவில்லை - நீ
பொய் முதல் வைத்த பண்டமாற்று,
பதிவு செய்த முறிவுகளின்
எக்ஸ்ரே தொகுப்பிலிருந்து
வட்டி விகிதமாக உனக்கொரு சொல்,
போ.

∎

படமெடுத்த உன் வெட்கத்தின் பாம்பு முகம்
பக்கவாட்டில் புடைத்துச் சூழ்கிறது சொல்லை
மயக்கிக் கிடத்த.
மௌனச் சதியிசை நடத்துவோன் கரங்கள் தொய்ந்து
இதோ, பிளந்தது படச்சுருள்
இதுவரை நீ உபயோகித்திராத
அர்த்தத்தின் கன்னி கழித்து
உன் சொல்லின் ஒலிப் பாராசூட் விரிந்துவிட்டது.
சிகரமாக ஸ்தூலம் பெற்ற
அர்ப்பணத்தின் மேலிருந்து சந்தித்தேன் சொல்லை.
மொழிகளின் தாதி அச்சொல்.
சொல்லின் செவி ஸ்பரிசக் கரன்ஸிக் கட்டிலிருந்து
ஒரு நோட்டு மாற்றிய சில்லறை
சிப்பிப் பெட்டகங்களுக்குள் பூட்டப்பட்டிருக்கிறது.
கிளைப் புஜங்களில் அச்சொல்லின் பலமிருந்து
மரங்களோடிணைக்கிறது.
சொல்லின் தயையால் கருப்பாத்திரங்கள்
ததும்பிப் பிறந்த சரித்திரங்கள்
அவ்வொற்றைச் சொல்லெனவே சுருங்குகின்றன.
சொல் உற்று ஊற்றானேன்
அருவியாகி
அருவி அகலமாகிக்கொண்டிருக்கிறது
நடமாடும் நிலத்துண்டே ஒழுக்கேற்று நில்!
வீழ்ந்து ஓடப் போதாது உன் பரப்பு
கரைகளை அரித்து உன்னைப் பெருக்குவேன்
வேகம் ஆழம் தோண்டும்
நதியாட்சி நடக்கும் உன் அரியணையிலிருந்து.

∎

சக்தி வழிபாடு

மயிற்பீலியின் மேற்பகுதி ஆரம் தகதகத்தமைந்த நெற்றியில்
புரண்டு முன் கேசம் எழுதுவதற்கடியில்
இன்றியமையா வரிகளில் இதுவரையிலுமிட்ட
அடிக்கோடுகள் அத்தனையும்
நிரந்தரமாகப் படுத்திருக்கின்றன நீளப் புருவங்களாக.
கருமணிகளின் சறுக்கு விளையாட்டில்
விழிக்கு வெளியேயும் சிதறும் பனிச்சில்லுகள்.
மூடித்திறக்கும் இமைத்தொழிலால் கட்டுண்ட ஒளி
விபத்தற்ற போக்குவரத்தை வீதிக்குத் தருகிறது.
ஓருலகக் காற்று தனக்குச் சொந்தமான ஒரே வீட்டுக்கு
ஓய்வெடுத்து ஒழுங்கமைய
சன்னச் சுவாசமாய் இடையறாது வந்து போகும்
இடுங்கிய வாசல் நாசித் துளைகள்.
வெயில் இழைக்க அழகுத் திரவியம் கன்னங்களில்
நுரைக்கும்.
ஈர்ப்புக் களிம்பு மெழுகி வலை இழைகள் விரித்த இதழில்
வந்து
சிக்கிக்கொண்ட பார்வைகள் சக்தி முழுவதையும் செலவிட்டே
சிறகுகளைப் பிய்த்தெடுத்துப் போகின்றன,
கீழுதட்டு வளைவில் ஒளிந்திருக்கும்
மச்சக் கருவேடனுக்கு அந்த வினோதத்தால் வயிறு நிறையும்.
உமிழ்நீரின் ஈர அஸ்திரத்தை உபயோகித்தே
உத்தரவுகளாகின்றன,
உச்சரிப்புகள் குரல் ரதத்திலமர்ந்து.
முறுவல் தலைமையேற்க பல்வரிசை விழாநாள் வணக்கம்
மொழியும்.

பங்கெடுக்காமல்
பதுங்கியிருந்தே வெற்றி பெறும் விவேகம் ஈறுகளுக்கு.
ரோஜாப் பூச்சிட்ட மேலண்ணம். நாவெனத் துள்ளும்
கரையாத ஓர் இதழ்.
காலத்தால் குறுகி தாடையாகத் தகவமைந்திருக்கிறது
நோவாவின் கப்பல் முனை,
காண்பவர்களுக்குள் கருணையைத் தூண்ட வேண்டி.
வழுக்குத் தோள் மேடை மையத்தில் தொண்டை
மலர்க்குடுவை.
ஊடும் பாவுமாக நெஞ்சுத் துடிப்புகளைப் பிணைத்து
ஆதரவுப் பசுஞ்சைகையால் முலைகள் நெய்த போர்வை
உறக்கமாக மூடுகிறது.
துவளும் தூரிகைக் கரங்கள் - கணுக்களில் நிறத்தேக்கம் -
தீண்டலில்
மண்ணிலும் மாயமாய்த் தழைக்கும் வானவில் வம்சம்.
ரத்த நாளப் படுகைகளில் வைரத்திசுக்கள் -
நகங்கள் வழியே மீறும் மிருதுக் கிரணங்கள்.
தொப்புளைப் படைத்த பெருமிதத்தால் சிருஷ்டி
செவிச்சிறப்பைச் செய்கிறபோது
கடமை முடிந்ததென காதுமடல் சுழிவுகளில் கையெழுத்திட்டு
மறைத்தது.
இடையொடுக்கத்திற்கெதிராக
வலிவும் வடிவுமாய் வெகுண்ட தொடைகள்
இரட்டையாட்படையாக நடையெடுக்கின்றன -
யோனிக் கதுப்புகளின் தேன்திற துணைகொண்டு.
பின்னலாகத் தொகுக்கப்படும்போதெல்லாம்
தனிமைப்படுத்தப்பட்டு
பிணங்கிச் சுருளும் குறுமுடிகள் பிடரியில்.
அசுரப் போட்டிக்கிழுபடும் கயிறு
வலிவுகளுக்கீடாகமாட்டாமல்
இற்று இரு துண்டாவதற்கு முன் பெற்ற இளமை
புறங்கழுத்தில் முதுகில் வேய்ந்த விசைமீது வெளிப்படும்
வியர்வைப் பதக்கங்களை பின்னல் வழி கடந்து
என் கவனம் கீழிறங்குகிறது.
கீழ் வயிற்று மடிப்பின் கர்வத்தைக் கவர்ந்து புகழ்
மேடாகிப்போன
பின்புறங்களிலொன்று குலுங்கி மேல் நகரவும்
மற்றொன்று ஓய்வாகச் சற்றுத் தாழ்ந்தாடவும்

அடிக்கொருமுறை பணி மாற்றிப் பரிபாலிக்கும்
நடைப்போக்கிற்கடிமையாகி
எங்கோ பெய்த மழை உன் பாதங்களை முகர்ந்தபடி
தவழ்ந்து வருகிறது என் வறட்சிக்கு.
உன் நிழல் படும் இடங்களில் தன் உயிர்நிலையை மாற்றி மாற்றி வைத்து
நன்மையடையத் தவிக்கிறது நிலம்.
உன் குதிகால் அழுந்திய குழிவிலிருந்து முத்தமிட்டு உறிஞ்சிய
உண்மை இக்கவிதை.
உன்னைச் சொல்லித் தீராத பாடு என்னைப் பிளக்கிறது
உள்வெளியாய் ஆனது உடல்.
உடலுக்கு வெளியே இலங்கும் உறுப்புகள் அனைத்துக்கும்
இயக்கம் என்பது உன்னை வியப்பதுதான் அன்பே!

∎

நேற்றிரவு ஆதரவுக்கு உன் பெயரால்
சிற்றெறும்பைப் பிடித்து முஷ்டிக்குள் வைத்திருந்து
அது இறந்ததும் உடைந்தேன் - உன்னைக் கருதி
வெட்கங்கெட்டு
குழாய்நீர் வாளியில் விழுகையில் அந்தக் குமிழிகளைக்
கொஞ்சினேன்,
ஆமாம் கொஞ்சினேன்.
கொசுவர்த்திப் புகையை அளைந்து பேசினேன்
அரை மணிக்கு ஒரு தடவை தேநீர் பருகப் போனேன்
வேறு வழியின்றி வாரிப் புகைத்தேன் சிகரெட்டுகள் அநேகம்
படுக்கைத் துணையாக வைத்திருந்த மலர்களோடு
விடியலில் நானும் சருகாயிருந்தேன்
சன்னலில் சிட்டுக்குருவி கேலியாகக் கீச்சிட்டது
அப்படிப் பார்க்காதே சிட்டே,
எனக்கு மிகவும் அவமானமாக இருக்கிறது
உனக்குத் துக்கமில்லை என்பதற்காக
ஓய்ந்தவனை உசுப்பாதே என்று விரட்டினேன்
முன்னிரவில் மதுவருந்தி கடற்கரைக்குப் போனேன்
அலைகள் படிக்கட்டுகளாயின - என் போதை உயரேறிற்று
ஓயா நடை மீளா கதி
இறுதியில் வந்தடைந்தது இந்த ரயில் நிலையம்
மதுச்சுவையில் தீராது மனச்சவலை - பொட்டளவே பிரக்ஞை
இவ்விரவின் தனிமைக்கு அஞ்சுகிறேன் நாயகியே
கூடாத காரியமென்றாலும் கேளாத குழந்தையாக
காமம் பழகினேன் உன்னிடம் ஒருமுறை
தோழீ நாம் தழுவிக் கிடந்த இடம் எது?

என் மேல் கவிழ்ந்து இடையுந்தி மிதக்கும்
உன் மூர்க்கத்தில் பூப்பெய்தி குறில் நெடிலாய்ச் சுவாசம் குழற
சமைந்தேன் போதுமென்றேன்
உன் கனல் கவனம் கொள்ளவில்லை
நிறுத்து சற்றுக் குழைந்துவிட்டேன்
என்ற சப்தமும் செவிமடுக்கப்படவில்லை
முற்றும் பதம் பிறழ்ந்து போயிற்று எனும் அவலக் குரலும்
உன் தீராச் சுவாலைகளின் ஆணவத்துக்குக் கேட்கவில்லை
அன்றைக்கு உன்
முலைக் கணவாய் இடைப்பிளவு தொடையாடம்பரம் எங்கும்
என் மத்தகச் சிதறல்கள் காய்ந்தன - இன்று மதம் மீறுகிறது
ஆவல் மிகுதியுற்று பதற்றத்தின் அணைக்கட்டு
உடைந்துவிட்டது
உன் புன்னகையின் சிறு சலனம் இப்போது புயல் முனைந்து
என் பிராயத்தின் பாய் மரங்களை ஒருசேரப் பிடுங்கிற்று
சினைக்குள் சினையரும்பி காட்சி குழம்புகிறது
செரிக்காத உன் முத்தங்கள் உடலில் சடைபற்ற
அங்கங்கள் வெம்புகின்றன
தீர்க்க லாடமடித்த உன் லயக்குளம்புகள்
பதிந்த பரப்பெங்கும் கலவியலறிக் கொந்தளிக்கிறது
தொண்டையடைத்த பறவையின் விக்கல்களாகப் பிதுங்கி
வருகிறது
உன் விரியோனியின் சமிக்ஞை
உன் நிர்வாணத்திலிருந்து கரந்த நிலவெளியில் நடக்கிறேன்
உன் உடலின் ஸ்பரிசத்துக்காக
காற்றைத் துருவுகின்றன என் விரல்கள் - இதோ
ஒரே சமயத்தில் இரு பக்கங்களிலும்
ரயில்கள் வந்து நின்றுவிட்டன
இனி காத்திருப்போனாய்க் காலம் கழிக்க இயலாது
திரும்புகிறேன்
எங்கே நம்மவன் என்று அறைச் சுவர்கள் தேடும்.

∎

மொத்தத் தனிமையும் மோதுவதற்கு முன்னின்று
பித்தனாவாய் அல்லது பிணமாவாய் என்கவும்
நான் ஒளிந்த குகையில் ஆள்கூட்டம்.
கூட்டத்திலும் வெறுமைப் பழியிருந்து
தொடுத்தது அடுக்குத் தாக்குகள்.
வாக்கிற்கெட்டா வலித்தாராளம்
புரிவதற்கியலாப் போம்வழிச் சூத்திரம்
நெருப்புக்குதவியாக இயங்கியது காற்று
வானளாவிய வெப்ப வியூகம் - உன்
வளையொலித் திவலை தெறித்து தீயை
சாந்தி செய்விக்கும் என்று சகித்தேன்.
கொடுமை சொடுக்கக் கூடுடைந்து
நகர்வு நொடித்து நெளியும் நத்தையாயிருந்தேன் - பிறகு
மரப்பட்டை கூராகிக் கழுவேற்ற
பறக்கையில் பலியான பறவை.
கோட்டை திறக்கக் கூட்டுக்குள் தவமிருந்து
சாவி புகச் சிதைந்த புழு.
அம்புப் படுக்கையில் சயனித்து
சல்லடையானேன் அவலம் வலம்வர.
ஆறு மிகக்குறுகும் ஒரு வளைவில்
வழியறுந்து மிதக்கும் மிதவையாயிருந்தேன்.

ஏற்ற சமயம் உன் காட்சி மலருமென
உமிழுங் கலமாகியும் இருப்பைச் சுமந்தேன்.
புரட்டுப் பிரயோகம் பலவற்றால்
சூறையாடியது சூழலின் சூது.
பிழைகளின் பலத்தில் கணிப்புகள் பிறழ்ந்தன.
என் மன்றாடலுக்கு எதிர்வாதம் பகைச்சீற்றம்
உண்ட தோல்விகள் துண்டுபட்டு
பிதுங்கி வந்தன புண்களாக.
இடைவெளி தொலைவு கொண்ட ஒரே எட்டில்
இறுத்து மிஞ்சிய ஈனம் பிடிக்க
நின்ற நிலையிலேயே பட்டுப்போகும்
நிலைபல கடந்தும் பொறுத்திருந்தேன்.
போக்கை நீத்து ஒதுங்கும் நேரத்தே
தூரத்திற் கண்டேன் உன் தோன்றல்.
வழக்கு தீர்ந்தது விடுதலை உனக்கென்று
குற்றக்கூண்டிலிருந்த இறைவனுக்குரைத்தேன்.
நெருங்கி வந்து நீயும் சொன்னாய்
நான் அல்ல உன் காதலியென்று.

∎

இன்றைக்கும் கடைசி ரயில் பிடித்து
அகாலத்தில் அறையடைந்திருக்கிறேன்.
அறைக்குள் அடி வைத்ததுமே தெரிந்துவிட்டது,
சந்தேகமில்லாமல் உறுதிப்படுத்தியது விளக்கு வெளிச்சம்.
சிறு மாற்றமுமில்லை - எப்படி விட்டுச் சென்றேனோ
அப்படியே
சற்றும் பிசகாமல் இருந்தன எல்லாம்.
தரைத் தூசுப் படலத்தில் தடம் பதிக்காமல்
நீ நுழைந்து சென்றிருக்கிறாய்.
உன் கூந்தலிலிருந்து உதிர்ந்த பூக்கள் இல்லை
உன் மணம் இல்லை - உடனே படும்படி
உன் கடிதமெதுவும் காணவில்லை ஆயினும்
உன் வருகையை நான் உணர்கிறேன்.
எனக்கான செய்தியை அனைத்து
உடுப்புகளின் பைகளிலும் தேடுகிறேன்.
அயர்ச்சியினூடாக உன் வேடிக்கையை ரசித்து
புத்தகங்களுக்குள்ளும் பெட்டியிலும் துழாவுகிறேன்.
தலையணை உறைக்குள், பாயின் அடியில்,
போர்வை மடிப்பில். ஏமாற்றம்.
குப்பைக் கூடையைக் கொட்டிக் கவிழ்த்து
கசங்கிக் கிடந்த தாள்களைப் பிரிக்கிறேன்
ஒரு எழுத்தும் உன்னுடையதாயில்லை - ரகசிய
பென்சில் கிறுக்கல்கள் ஏதுமற்றிருக்கிறது
புதிதாய் வெள்ளையடிக்கப்பட்ட சுவர்.

உன் விளையாட்டை விளங்கிக்கொள்ள வேண்டி
பல தடவை சோதித்தாகிவிட்டது
சொற்ப பொருட்களையும்.
புதிர் அவிழ்க்கும் பிரயத்தனம் சோர்ந்தது பயனற்று.
கடைசியாக கண்ணாடியின் பின்புறம் பார்த்து
விளக்கணைத்துச் சாய்கிறேன்.
ஒருக்கால் நீ வந்திருக்கவில்லையோ?
பிரமைதானோ?
இந்த அறையின் இருட்டு நிசப்தம்
இன்றவள் வந்தாள் என்றொலிக்கிறதே.
நீ வந்திருந்தால் வழக்கம்போல
அறை கொஞ்சம் ஒழுங்குபட்டிருக்கும்.
புரளும்போது கைபட்டுத் தண்ணீர் சாடி விழுகிறது,
பாயில் பரவுகிறது நீரின் குளிர்மை.
காலையில் நான் புறப்படுகையில்
காலியாகத்தான் இருந்தது சாடி.
நனைகிறேன்.

∎

என் சன்னல்களைத் திறந்தேன்
உன் முகம் கலைந்து பல்லாயிரம்
ஈசல்களாகப் பறக்கிறது.
வெளிச்ச ஈர்ப்பிற்கு சன்னல்களுக்குள் நுழைபவை
என் ஓவியத்தாளின் வர்ண ஈரத்தில்
படிந்து புரள்கின்றன.
அவற்றைத் தூரிகை முனையால் அகற்றுகிறேன்
விரலால் தடவி அப்புறப்படுத்துகிறேன்
காற்றூதித் துரத்துகிறேன்.
இடையறாது காகிதத்தில்
ஈசல்கள் ஊர்கின்றன.
நான் வரைய உத்தேசித்தது என்னை மீறுகிறது
ஈசல்களும் நானும் சேர்ந்து வரையும் ஓவியம்
எவ்விதம் பூர்த்தியாகும் என்று தெரியாது.
எப்படியானாலும் நான்
சன்னல்களைச் சாத்தமாட்டேன்.

∎

நண்பர்களிடம் விடை பெற்று
பழகிய நெடுஞ்சாலையில் நடக்கிறேன்.
இப்படித்தான் நான்
வெகுகாலமாகப் போய்க்கொண்டிருக்கிறேன்.
அடர்கருமை பாய்ச்சும் விளக்குகளால்
நீ ஊளையிடு இரவே வழிநெடுக.
நான் பயப்படுகிறேன் ஆனாலும் பின்வாங்கமாட்டேன்.
என் கற்பனையில்
ஒரு தூவானச் சிறுமியிருக்கிறாள்
பல்லாயிரம் சிறகுகள் காட்டி
பறக்கிற குருவியிருக்கிறது
கொஞ்சி முத்தாடி நடக்கிறேன்
என் கையிலில்லாத குழந்தையை.
ஒதுங்கி நில் இரவே
எனக்கு வேலையிருக்கிறது.
எல்லாச் சாலைச் சந்திப்புகளிலும் இந்த நள்ளிரவில்
நின்று
விபத்துகள் எப்போதும் நேராவண்ணம்
மந்திரிக்கிறேன், வழிபடுகிறேன், பிரார்த்திக்கிறேன்.
பாழும் இரவே, இப்போதும் நான்
தோற்றவனாகத்தான் வருகிறேன்.
என்னால் உனக்கொரு
தீமையுண்டா சொல்.
இரவிடம்
சொல்லிப் பயனில்லை என் காதல் பெண்ணே!
தலைமகன் பாடையைத் தொடர்ந்தோடும் இளந்தாயாக
இரவென்னைத் துரத்துகிறது.
தேரைப்போல நான் ஓடி வருகையில் அவசரமாக
கட்டை போட்டுத் தடுக்கிறது தினமும்.
நான் நிற்கும் ஒவ்வொரு குலுக்கத்திலும்
கொஞ்சம் கொஞ்சமாக
கலைந்துதிர்ந்து இழந்தவற்றை
என்றாவது நீ வருகையில்
எடுத்து வந்து பொருத்துவாயா?

∎

உன் நகங்களிடையிலிருந்து வரும் பகலோ
மிக இடுக்கமாயிருக்கிறது நான் புக முடியாதபடி.
உன் உள்ளங்கைகளின் மருதாணிப் புள்ளிகளிலிருந்து
பிறந்து வரும் இரவுக்காலம்.
கட்டாரிக் காமத்துக்கு ஒவ்வொரு இரவும் வெட்டுக்
கட்டைகள்தான்.
இரவின் மீது
என் ரத்த நாளப் பின்னல்கள் துணிக்கப்பட்டுச் சுருள்கின்றன.
சுருள் முனையில் சொட்டும் ரத்தம் உன் நகப்பூச்சாய்ப்
போகட்டும்,
போய்த் தீரட்டும்.
துப்பாக்கிக் குழாயைச் சுத்தம் செய்வதுபோல்
எலும்புகளின் உட்புறங்கள் துடைக்கப்படுகின்றன.
பிதுங்கி வழியும் உள்ளீடு உனக்கு அஞ்சனமாய் மாறட்டும்,
மாறித் தீரட்டும்.
எவ்வளவு ஆர்வம் கட்டாரிக்கு எவ்வளவு ஆவேசம்
துண்டாடுகிறது - துணுக்குகளாக்குகிறது - தூசுகளாக்குகிறது.
உனக்கென்று
முற்று முடிவாகப் போய்த் தொலையட்டும்.
காவல் தரும் புகலாய் குறியடங்கும் வழி தோன்றி
காமத்தின் கடுஞ்சித்தம் கலையுமா இக்கணம்?
உதைபட்ட அறைக் கதவு நிலையிலடித்துப் பதறுகிறது
சன்னல் கம்பிகள் நெகிழ்கின்றன
பிரிந்துபோய் மூலையில் கிடக்கிறது படுக்கை
முஷ்டிக்குக் கிழிந்த தலையணையின் பஞ்சுப் பிசிறுகள்
பறக்கின்றன அறை முழுதும்
அலமாரிப் புத்தகங்கள் மிரண்டு
சற்றே பின்வாங்கி ஒண்டுகின்றன
நகர்கின்றன பயந்த சுவர்கள்.
தகுமா இது உனக்கு என் தேவதையே...
இந்தக் கற்பனை உருவத்தின்
சிவப்புப் புள்ளிகளுடைய தோள்
உன்னுடையதாய் இல்லையே - திடீரென்று
உன் இடை வடிவமும் வசமாகாமல் போயிற்று - உன்
மணல் நிறக் கையிடுக்கின் மணம் மின்னுகிறது தொலைவில்
சட்டென வந்துபோகின்றன யாருடையவோ முலைகள்
என் துரித நெருக்கடியில் பூர்த்தியாகாத
உன் பிம்பம் உதிர்ந்த இடங்களில்

யாருடையவோ அவயங்கள்.
தனித் துதிக்கை துள்ளுகிறது,
காடு மடங்கும் கூச்சலில் நாணப் பறவைகள் வெளியேறின
சுவடுகளை அழிக்கும் சுவாசச் சுழல்.
படல்படலாய் உள்ளுக்குள் உள்ளாய் தோல்கள் திறந்து
அண்டப் பகிரங்க நிர்வாணம் வெகு துலக்கம்.
யாசகம் இல்லை இது ஆணை
எதனுடனாவது எப்படியாவது உடனே
ஏற்படுக!
அறை மீறித் தெரு மீறி ஊர் தாண்டி
உலகின் மேலெழுகிறது கனல்.
கிரகங்கள் அவிந்து
எப்பக்கம் தொட்டாலும் குழையும்
ஜெல்லி மீன்களைப்போலாயின.
கச்சிதத் துளைகளுடன் அவை
சரடில் கோர்ந்தமையத் தயாராயின.
முதலில் வந்திணைந்தது நிலவு - என் இடையசைய
அடுத்துச் செவ்வாயும் புதனும்.
நீளும் சரடைக் கவ்வித் தழுவி மணிக்கிரகங்கள்
தொங்குகின்றன
நெட்டுயிர்த்திறுகுகின்றன என் தொடைகள்
வளைகிறது முதுகு - விறைத்துக் கிடந்தது வெளி
எல்லாம் எல்லாம் எல்லாம் மெல்ல மெல்ல மறைய
அடி வயிறு துடிக்க
முடிவு நெருங்குகிறது
கடைசியில் வந்து சேர்ந்தான் சூரியன்
பெருங்குலுக்கம் உடலில் - எத்திக்கும் மழைச் சாமரம்
விந்தாய் உருகிய கிரகங்கள் அறையெங்கும் சிதறுகின்றன.
முடிந்தது ஓரிரவு
இன்றைய முயக்கத்தை கிரகங்கள் நிகழ்த்தின,
நாளையேனும் துணையாக வருக நீ.

■

உன் தத்தும் முலைகளின் சாந்தத்திற்குத் தெண்டனிடுவேன்
பெறுமிடமும் பெய்தளமுமாக உன்னையே பற்றி நிற்கும்
மேகமாவேன்
வெளிசுருங்கிய உன் விழிக்கூர் துளைகளிட
வேய்ங்குழலாய்ப் போவேன்
என் உள்ளங்கைகளில் வீறிடும் உருக்கத்தின் ஊற்று
உன்னை ஊடுருவ ஏங்கித் தழுவுவேன்
முத்த வயப்படுத்தி உப்பரிகையிலேற்றுவேன்
என் ரோமத் துளைகளில் காமம் குலைதள்ள
உன் உடலாடி உபாசிப்பேன்
உன் யோனியில் என்னைக் கதிரடித்து உன்னுள்ளே
சிதறுவேன்
உன் கொலுசுக் கிண்கிணியின் மின்மினித் தொனி நீள
நிறைவை எய்து நிச்சலனம் பெறுவேன்
காதலால் என்னையகழ்ந்து நீ மேலும் ஒளியுறவே
கருதற்கரிய பரல்கள் புறத்தெடுப்பேன்
உன் தீண்டலில் பொடிந்து தூசுப் படலமாவேன் - அதில் நீ
வரையும் வடிவாய் வெளிப்படுவேன்
உன் புன்னகைச் செண்டுகளையே என்
துயிலிடக் கூரையாக்குவேன்
நீ கல்லினுள் நீர்க்கிலுக்கம் - பாற்கடல் திரை அரவம்
வினோதாதீதம் - மேதமையுதயம்
அந்தரச் சுரப்பிகள் ஈன்ற பரிமளம் - மழைத்துளிப் பழம்
அழகு ஆர்ப்பரிக்கும் மந்தாரம்
என் துறையடைந்த சுடர்க்கூட்டம்
ஆகமத் தாமரைகள் ததும்பும் என் திருமுழுக்குத் தடாகம்
அமுதபருவம் வலம்புரியாய் அணைந்ததொரு சங்கு.

நீண்ட பொழுதெல்லாம் உனை நினைக்கும் நோன்பில்
நிகரற்றவனானேன் - மனத்தில்
உன் பிம்பக்கோவை பிரபந்தமாகிறது
எவ்வுயிர்க்கும் இறைத்துவம் உன்னிலிருந்தே தருவேன்
உயிர்த்தொன்னையில் ஆன்மத்தேறல் நிவேதிப்பேன்
கதிர் நலம் குலாவி உன் தலைமேல் பந்தலாகட்டும்
நன் முகூர்த்தம் பொலிந்தருளட்டும் உன் திருமுகம்
காலம் உன்னிடம் தன் ஆயுள் அறிய வரட்டும்
உன் மனப் பூரணம் பெருகுக
குனிந்தவனுக்குக் கனிவது கொடை மரபு
என் தாழ்மையில் தழைக நின் பவனி.

∎

முடிவாக...
உயர்வாய் உன்னைச் சொல்ல
ஒரு வழியும் அறியேன்
வார்த்தைகளின் வீதியில்
எத்தனை இரவுகள் அலைந்திருப்பேன்
வெற்றாய்ப் பொழுதுகள் விடிவதை
சோர்ந்த கண்களால் பார்த்திருப்பேன்
என் இந்திரிய நதிகள்
உன் கொலுசுப் பாதங்களில் சங்கமித்தன
எழுந்த பேரானந்தத்தில் அமிழ்கிறேன்.
∎

நம் சந்திப்பு சாத்தியமற்றதெனில்
என் ஒருவனால் மட்டுமே இந்த உலகம்
களங்கப்பட்டிருக்கிறது என்றாகும்.
∎